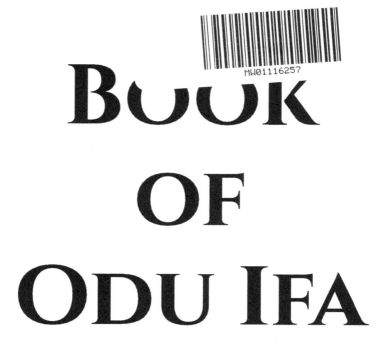

BOOK

OF

ODU IFA

A COLLECTION OF IFA VERSES FROM THE ORAL TRADITION OF IKEDU

VOLUME 1

COMPILED BY
OLOYE AYELE KUMARI & AWO OKIKIFA FALADE

i

TABLE OF CONTENTS

INTRODUCTION

Odu Ifa is a repository of literary verses derived from the wisdom tradition of the people of Southwest, Nigeria West Africa. It consists of 256 chapters that contain tens of thousands of verses, stories, proverbs, and ethical teachings that provide guidance and insight into different aspects of life such as love, family, health, career, and spirituality. It also expounds on sciences such as mathematics, psychology, sociology, ecology, botany, medicine, cosmology, anthropology, history, and more. The Odu Ifa (pronounced Oh doo- Ee Fah) is considered a sacred and significant aspect of Yoruba culture.

The Yoruba name itself is fairly recent coming into popular use in the 1800's. The verses, however go back to before the formal name of Yoruba which solidified numerous smaller ethnic groups in Southwestern Nigeria. Ile Ife is considered the most ancient city and its most ancient name remembered is Ikedu. Yoruba consider Ife as the place where the world began and so Ikedu is respectfully remembered as the beginning of the Oral tradition from which Ifa Odu arises. These verses have been passed down through the generations. As an oral tradition, its wisdom is sought out to give insight and solve problems from priests specially trained to access it via a Spiritual technological processes called Dafa or Erindinlogun. Today, it is recognized by UNESCO as one of the masterpieces of intangible Oral heritage of humanity.

Who are the Yoruba and What is the Orisa Religion?

The Yoruba today extend far beyond the traditional borders of West Africa. Today, Ifa is found throughout West Africa in other dialects, ethnic groups, lineages, and denominations such as Fa, Afa, Epha, to name a few. During the transatlantic slave trade, millions of Orisa devotees and priests were taken to the North, Central, and South Americas where they would also take their Ifa Orisa traditions with them. Today Ifa Orisa is one of the fastest growing spiritual traditions worldwide.

The traditional religion of the Yoruba is called **Esin Orisa Ibile** reflecting the traditional Orisa religion. Orisa are the divinities within the tradition. The West African tradition itself, is popularly known throughout the world as Isese (pronounced Ee Shay Shay) which alludes to source or ancestral tradition from which we derive power. Like the various lineages in West Africa, the Orisa tradition has other denominations in various parts of the world such as Lucumi, Santeria, Spiritual Baptist, African Hoodoo, Vodou, Candomble, to name a few. They all derived from or included Yoruba transports during the transatlantic slave trade as adherents sought to preserve the ancestral traditions of their homelands. As a part of that preservation, those African Diasporans often incorporated it or its elements in varying degrees into Catholicism, Baptist, and other indigenous religions producing unique denominations.

In the 1970's African Americans sought to return back to the source in Africa, release the Abrahamic religious doctrine of their slave masters, and reclaim the original practices of West African Orisa Tradition. They embraced the term Isese (pronounced *Ee shay shay*) used in Yorubaland to describe the Continental West African Orisa practices and differentiate it from the other diaspora denominations known by other names. Initiates and devotees of Isese refer to themselves as Onisese.

While Isese includes all Orisa priesthoods, Isese itself is also popularly called Ifa in the west. Ifa, by literally name refers to Orunmila, a specific Orisa of wisdom found *within* Isese and the name of his specific priesthood. But as Orunmila is considered the owner of the entire divination system, Ifa is coming to be known as a reference to the entire Ifa Orisa practice. Today some verses originally attributed to other Orisa are now described, translated, or interpreted as Orunmila etc. While there are ongoing disputes about this practice, these kinds of changes are a result of the shift.

What are common practices for all devotees?

As a whole, the practices within Ifa Orisa spiritual traditions consist of the following practices:

6

Practices and Interactions with
divine forces of nature called Orisa

Orisa, also spelled Orisha and Orixa in the diaspora, are deities or divinities. They are considered intermediaries between humans and the supreme deity, Olodumare . They are known for their human incarnations as well as their primordial manifestations in nature and creation itself. The Orisa have specific characteristics and are accessed via their initiates for their guidance, protection, and blessings. The Orisa fall under an Omipotent source called Olodumare or Edumare but in ancient times was called Olorun.

Remembrances of Egun or Alale

Alale are ancestors while Egungun are powerful ancestral forces from our bloodlines and communities. Death is not considered a final resting place, but a return home. Relationships continue through remembrances and practices that acknowledge the spiritual body of those who pass on. This allows for continuity through the generations to descendants and to heal families through ancestral relationships.

Maintain relationships with Egbe or Alaragbo.
Nature spirits, our spiritual doubles, and from our spiritual clans. These are our spiritual support system found in Orun, the invisible realms.

Use of Traditional medicine derived from nature
Traditional medicine is called Oogun and consist of the knowledge, skills, sacred technology and practices based on the use of nature for the maintenance of physical, mental, spiritual, and social health .

Divination
Divination is the process of accessing sacred information to gain insight, foresight, solutions to problems, and greater understanding of the spiritual forces involved in our lives.

Initiation

The process of tapping and conferring the ase or spiritual power of Orisa or spiritual forces on an individual. When followed by training as an apprentice under the direction of an elder, it confers licensure to practice as clergy when completed. Some clergy names are Babalawo, Iyanifa, Iyalawo , Iya/Baba Orisa, or just use the heading Awo Orisa. Awo is a person who has undergone full initiation has a recognized covenant with the Orisa). However it is long term training that gives the priest authority to utilize the spiritual technology of Ifa divination or Erindinlogun. Without that education and licensure by an elder, initiates are considered Omo awo (children of the Orisa) or Akeko (students or apprentices) .

Therapeutic Ritual and Sacred Ceremonies

Therapeutic rituals and processes facilitated by initiated community priests and priestess designed to improve and support the quality of our lives.

Alignment with Ori

Alignment with our divine selves called Ori for mental, emotional, and spiritual health, cultivation of character, and to fulfill our greatest potential on Earth.

Ori is is the quintessential self beyond our physical self. It is divine bridge that connects us in the human realm to the spiritual realm of the supreme being, the Orisa, and also contains the necessary elements to live a purposeful life.

Branches of Divination

There are 3 main branches of divination systems that utilize the Odu corpus. The Ifa divination system is governed by the Orisa Orunmila, the divinity of wisdom and divination. Orunmila is considered the witness of destiny and as such has knowledge of the past, present and future. Orunmila is the custodian of the Ifa divination system and the 256 chapters or Books of Odu Ifa and it's priest are called Babalawo, Yeyelawo, Iyanifa or Awo Ifa. They utilize an opele or special palm nuts called Ikin to derive Ifa's messages.

Another branch of divination is called the Erindinlogun or Dinlogun in the Diaspora. This system is used by initiated priests called Olorisa using consecrated cowrie shells to draw out 16-256 Odus depending on the skill of the diviner.

The last is called the Obi divination system which can be used by devotees or anyone. It utilizes kola nut, coconut, or cowries to name a few to derive short helpful answers to inquiries. This system has a more elaborate form that is practiced by advanced practitioners.

This work is an introduction to the Ifa literary corpus. The full breadth of the complete Odu Ifa corpus verses is massive and can take several lifetimes to study. A conversative calculation of potential number of verses is 4096 verses if you just conclude 16 verses x256. Considering there are far more sets of Odu verses than just the few translated to English or Spanish, it is not out of reason to project more than 16,000 verses. It's complexity is increased when you factor in a different languages, cultural metaphors and references, and multiple variations of verses. It can be overwhelming.

One set of Odu Ifa verses was collected by Emmanuel M. Lijadu. He was an Egba man from Abeokuta who happened to be a Bishop in the Church! Lijadu originally planned to convert people into Christianity by studying Ifa and proving the superiority of Christianity to it. After his intense study and research under a number of Babalawos, he came to realize the magnitude and wisdom in Ifa and developed pride in his own culture's traditional wisdom. He ended up leaving the formal church and through his research on Ifa he became one of the earliest Ifa scholars known in the west publishing 2 books on Ifa. One was called Ifa as Literature published in 1898 and another named, A Prophet called Orunmila published in 1908. His research also consisted of collecting verses for all 256 Odus that were not published but kept in his private collection. Many, though not all, of the verses in this work are from that collection. Ifa Odu verses are passed down from antiquity through the generations of Awo Ifa who learned from previous generations of Ancient Awo Ifa whose names we will never know. As such, they are attributed to the Ifa literary corpus in which the Orisa Orunmila is considered the author. In

9

the case of this work , we give thanks to Faith Ifaniyo for the translation work of these ancient verses.

When Ifa students begin to learn, they begin with one Odu and build on top of that as they go. These verses offer 2-3 verses for the major odu and at least one verse of the minor odus . They are not intended to be an exhaustive scholarly work. The verses are in Yoruba and English and allow the everyday person to be introduced to Ifa Odu and the nuggets of wisdom they may hold. Many of the verses are out of reach for the everyday person due to limitations on language or the volumes available are quite expensive and out of reach for an everyday person beginning their journey to Ifa. This is intended for the common person to be able to access some of the wisdom just like any other global spiritual tradition. No interpretation of the verses are provided to allow for the readers personal contemplation and study.

How to understand the verses

Understanding Odu verses in Ifa Divination requires patience. You are stepping into a different culture and world view that you are not used to. When studying this ancient system, you must release what you think you know and your assumptions about the world and be open to learning new approaches.
The verses are expressed in several ways. They can be Isise which are proverbs or practical teachings that can be applied to life. The show up as short verses or teachings that can be plain expressions of a truth or philosophical idea. They can be as stories or itans. These may be elaborations on a formal verse or they may be included in a series of formal verses to give context to the verse. They can be as documentation of historical events or situations encountered by a priest. Often a verse may have the name of a divinity but may have been a historical priest of that divinity who encountered the situation. It can be presented in a direct or in a metaphorical way. The situational or historical verses are often presented in parts or stanza to better help you understand the message.

Many of the verses are presented through the lens of the cultural worldview of the time. The verses are in fact timeless but when trying to understand a verse written in 1200 AD and how it may apply in 21st century 2024 America, you will need to open your mind and apply it as a metaphor. For instance, for women in 1200 AD, giving birth to children was a primary life concern. Home life was different. So when a woman in 21st America receives a reading that speaks of having a baby, it may apply literally. But it can also apply metaphorically... especially if she is beyond childbearing age or in another situation where biological children is not an option. So it could mean that the person (not necessarily female) may acquire students, mentees, step children, or it could refer to a creative endeavor or project that must be nurtured...like a baby.

Acquiring a spouse may be literal or it could be establishing a partnership or alliance of some kind. If it speaks of multiple wives or spouses, in Africa that may be literal, but in other regions of the world where it is illegal, it can infer different meanings. Examples can include: multiple people you are responsible for, multiple partnerships or multi party relationships, or it may not necessarily mean at the same time, but may include previous spouses, the other parent of one's children, girl/ boyfriends, situationships, etc. Another thing that people often confuse is when a verse says the woman needs to marry a Babalawo. This may not necessarily be literal. It may need that the person's partner may need to be spiritually aligned and compatible with the person inquiring or they need to be initiated, receive a hand of Ifa but not necessarily a practicing priest. Because practicing Ifa is a lifestyle, a partner who understands what it entails may be better than one who is in conflict with it.

An initiated and trained Babalawo or Iyanifa who is doing a divination should have the skill and experience to be able to differentiate the nuances presented and more when it comes to an actual reading. For the lay person, it is enough to know that the verses can be metaphors and parables.

Sometimes a verse or part of it is written in a non translatable language. This is because Old Yoruba is liturgical and distinguished from Contemporary Yoruba in the same way the Old English in the Bible is distinguished from Contemporary English. The dialect changes and some words just went out of use and

11

never had a modern use or translation. For those, we just accept as they are honoring their significance as part of the ancient mysteries.

By studying this general format, you can gain a better understanding of what the Odu is conveying and its implications. This format is not applicable to all of them, but they give some guidance to start with.

Here is a simplified breakdown of the parts of an Ifa verse:

1. **Name of Diviner or Proverb**: The verse usually begins with a proverb or the name(s) of ancient priests who historically solved similar problems. These names are important as they contain keys or the core theme. This part helps the reader in understanding the issue it is addressing or the primarily lesson.

2. **Name of Client**: The verse identifies whom the divination is cast for, often providing clues about the problem. The client's name may contain hints or taboos related to the issue. It may be an animal, plant, or actual person. Often these are Yoruba names and without knowing Yoruba it might be missed. In these particular verses, the names are already translated for the most part making it easier to grasp. It will often be prefaced by the words, "Cast divination for" or "Ifa's message for….and then it will have the name of the diviner.

3. **The Problem or Issue:** This part describes the problem or situation that the person is facing. It may provide additional details or narratives to help understand the context. Interpretation and **Translation** play a vital role in comprehending this section.

4. **Advice** : The recommendations for resolving the problem are presented here. This may include specific actions, sacrifices, rituals, taboos, or character adjustments.

5. **Response of Client**: This section reveals whether the person followed the advice given to them or not. It indicates if they followed the suggestions or ignored them.

12

6. **Results**: The verse provides an account of the outcome, whether positive or negative, based on the actions taken or not taken by the client. It highlights the effects of following or disregarding the advice.

7. **Client and Diviner Response**: This part describes the reactions of both the client and the diviner to what happened. It often mentions the client praising the diviner or expressing gratitude.

8. **Conclusion or Recap**: The conclusion summarizes the main themes of the verse, including the problem, solution, and result. The conclusion may also refer back to the opening theme or proverb.

While this is a formal format for Ifa verses, all verses, including the ones included in this work , are not necessarily written as such in contemporary western languages. For the sake of space or time, it might be shortened to focus on the point or message only. It may include the proverb and advice only or some other shortened form. In addition, there are variations with lineage and time. Some Ifa verses they can be very long and difficult to fit in a compact book for all 256 odus. Some verses can be a whole book by itself. This is simply a guideline to *begin,* but also give a guideline to go deeper when studying its inner meaning.

How the Odus are Arranged

Odu Ifa has 16 principle Odus and 240 minor Odus producing 256 in total. The principle Odus bring out the main themes and cosmology of the system. The minor Odus often bring out sub themes. The 16 principle Odus can be looked at as parents while the minor can be seen as children of the parents. They will comprise both names. Just like in DNA where children inherit aspects of each parent, so too will the minor odus will contain elements of both parent Odus to varying degrees. However, also like DNA between parents and children, the children become their own person. So the minor Odus also become their own thing and can sometimes weigh more importantly than the major. All Odus are considered irunmole in and of themselves.

13

To help the reader to find what they are looking for, use the following as a guide to finding an odu. The Odus consist of a right leg and left leg. This work categorizes Odu based on the right leg which, when spoken, is the first Odu mentioned. For instance Iwori Ofun would be found under the Iwori section. Ose Otura would be found under Ose section. Osa Gunda would be found under Osa. When you go to that chapter, they follow the order of seniority as follows :

- Ogbe
- Oyeku
- Iwori
- Odi
- Irosun
- Owonrin
- Obara
- Okanran
- Ogunda
- Osa
- Ika
- Oturupon (Ologbon)
- Otura
- Irete
- Ose
- Ofun

So Obara Irosun will be found under the chapter for Obara and then between Odi and Owonrin.
Odi Otura will be found under the chapter for Odi and between Oturupon and Irete... and so on.

Orisa in the Verses

Because this work is designed for beginners, It is helpful to know a little about the Orisa while studying these verses. They are often referenced, and the everyday person may find it more difficult to understand the context of the verse if they don't know about the Orisa.
In the Yoruba Orisa tradition, Orisa refers to the deities or divine spirits that are worshipped and revered. They are considered
14

intermediaries between humans and the Supreme Being (Olodumare) and are believed to possess specific powers and characteristics. Each Orisa has a distinct personality, domain, and association with nature, reflecting different aspects of human life and the natural world. While there are considered more than 201 Orisa, here is a general description of some prominent Orisa in the diaspora and their connections to nature and characteristics:

> **Obatala**: Obatala is the Orisa of creation and wisdom. Obatala is from where the name Orisa derived. Obatala is called Orisanla or the great Orisa. He may also be called Obalufon as one of his praise names. This Orisa is associated with purity, ethics, coolness, and morality. Obatala is often depicted as an elderly person dressed in white, an albino. He is associated with great wisdom due to being so old, cotton, and clouds, symbolizing the creative power of thought and the ability to shape destiny.

> **Osun** : Osun is the Orisa of harmony, love or sweetness, beauty, self esteem, and fertility. She is associated with rivers and particularly the Osogbo river dubbed the Osun river. Osun is often depicted as a as powerful feminine energy and who helped settle the world when being formed. She represents the law of attraction in nature, and her presence brings joy, prosperity, and harmony.

> **Esu** : Esu is the Orisa of communication, crossroads, and transformation. He is also associated with enforcing the will of Olodumare. Esu is known as the divine messenger and the enforcer of divine law. Esu is associated with unpredictability, symbolizing the dual nature of existence but this is really an aspect of wholeness showing an individual their shadow and light. He is often represented as a young man with a mischievous grin or an old man and his role is to test and challenge individuals on their spiritual path as well as to collect the offerings for ebo.

> **Ogun**: Ogun is the Orisa of iron, war, and craftsmanship. He embodies strength, courage, and determination. Ogun is associated with the wilderness, forests, and metalworking. Healing is sometimes related to Ogun as

the fighter against dis-ease. He is depicted as a warrior wearing armor and carrying a machete or a hammer. Ogun represents the power of technology, innovation, and the transformative force to push through obstacles.

➤ **Yemoja** : Yemoja is the Orisa of Fish, water, motherhood, and healing. She is the nurturing and protective mother figure, associated with fertility, emotional intelligence. Yemoja is depicted as a maternal figure with flowing blue garments, often crowned with a crescent moon. She brings comfort, compassion, and emotional balance to those who seek her guidance. She is associated with the Ogun river in Nigeria and where the river meets the sea. Because she is associated with water itself, the transatlantic servant trade, devotees carried her worship with them and is now also associated with the shallow part of the ocean.

➤ **Oya**: Oya is the Orisa of storms, winds, and change. She is a powerful and fierce deity associated with transformation, rebirth, and the forces of nature. Oya is portrayed as a warrior queen wielding a sword, or a machete or a business woman heading a marketplace. She represents the elemental power of wind, lightning, and tornadoes, symbolizing the swift and unpredictable nature of life's changes. She is also a carrier of fire.

➤ **Sango**: Sango is the Orisa of thunder, lightning, and justice. He embodies strength, passion, and charisma. Sango is associated with fire and represents the primal forces of nature. He is often depicted as a king wearing red robes, wielding a double-headed axe, and accompanied by thunder and lightning. Sango embodies leadership, empowerment , and the pursuit of justice.

➤ **Orunmila**: Orunmila is the Orisa of wisdom, divination, and destiny. He is the custodian of Ifa, the Yoruba system of divination and knowledge. Orunmila is associated with foresight, prophecy, and spiritual insight. He is depicted as an elderly figure with a staff and a bag of divination tools. Orunmila guides humans in aligning with their destiny, navigating their life paths, and understanding the mysteries of the universe.

➤ **Obaluaye** (Babalú-Ayé): Obaluaye is the Orisa of called the king of the Earth. He is the Orisa of health, and healing. He is associated with infectious diseases, epidemics, and the transformative power of healing illness. Obaluaye. Sometimes depicted as a crippled healer carrying the staff of the Earth. Obaluaye is also considered a king of the Earth who holds all medicine.

➤ **Olokun**: Olokun is the Orisa of the ocean, wealth, and mysteries. Olokun's domain is the vast and unexplored depths of the sea. This extends to the subconscious mind and hidden emotions. Often depicted as an androgynous figure adorned with shells and coral, Olokun represents the hidden knowledge, abundance, and the profound secrets of the ocean. Olokun is sometimes presented as Ajelokun represented as the Weath of the Ocean in its entirety. Aje however is also considered a daughter of Olokun and wealth itself.

➤ **Osanyin**: Osanyin is the Orisa of herbs, medicine, and healing. He is associated with the knowledge of medicinal plants and the power of nature to restore balance and wellbeing. Osanyin is depicted as a forest dweller covered in foliage and holding a staff adorned with leaves. He represents the connection between humans and the healing properties of the natural world.

➤ **Ibeji**: Ibeji represents the Orisa of twins and the concept of duality. Ibeji is associated with joy, playfulness, and the blessings of multiple births. The Orisas Ibeji are often depicted as twin children or as a single child with two heads. They symbolize the harmony and balance between opposing forces, embodying the idea that two is better than one.

➤ **Orisa Oko**: Orisa Oko is the Orisa of agriculture, farming, and fertility of the land. He is associated with the cultivation of crops, abundance, and the well-being of farmers. Orisa Oko is often depicted as an elderly person with a farming implement, symbolizing the connection between humans and the earth's fertility.

- ➤ **Osoosi**: Osoosi is the Orisa associated with hunting, justice, and spiritual discipline. Revered as a skilled hunter and tracker, Osoosi represents the pursuit of truth and fairness. Osoosi is often depicted with a bow and arrow, emphasizing his role as a protector and enforcer of justice.

- ➤ Ori: Ori can refer to the spiritual head that is connected to source and holds the blueprint for your destiny (soul purpose, experiences, and life lessons) . Ori is considered the most superior over all Orisa and no Orisa can supersede the Ori.

These expressions are just a few descriptions to help you understand a little about Orisa and give context to the verses as you read them. Different lineages, families, and even priest may vary in their descriptions of them.

EJI OGBE

Ohunkohun ti o fojusi lori yoo jẹ ohun ti aye re di
Ohunkohun ti o ba pe ni bayi yoo ṣiṣe ni gbogbo igbesi aye rẹ.
Difa fun awọn ifiranṣẹ Ifa si awọn 401 irunmole nigbati o ti ọrun
wá si Aye.
Olodumare pase pe nigba ti o wa lori Aye
Wọn ko yẹ ki o farapa ninu awọn iṣe buburu
Wọn gbọdọ jẹ oniwa rere ni gbogbo igba
Ki aye won bukun
Nitori ohunkohun ti o ba pe ni bayi yoo ṣiṣe iyoku igbesi aye rẹ.

Transalation

Whatever you focus on will be what your life becomes
Whatever you perfect now will persist throughout your lifetime.
Divined Ifa to the 401 divinities when coming from Heaven to
Earth.
Olodumare decreed that while on Earth
They shouldn't indulge in evil deeds
They must be honorable at all times
So that their lives would be prosperous
Because whatever you perfect now will persist throughout your
lifetime.

Verse 2

A fi Ifá l'ọwọ́ wa
A te Ifa l'ori ilẹ
Elesa a gbo gi (oruko alufa)
A difa fun Ogbe
Nbo lati ọrun wá si aiye
Won ni Ogbe yoo wo aye
Ogbe ni ki o se ebo
Ogbe beere awọn nkan ti o pese
Ogbe yẹ ki o ni aabo eku lati gbin awọn ọna inu igbo
Eja kan lati ṣe apẹrẹ ọna nipasẹ okun

19

Àkùkọ kan lati ko aye lori ilẹ
Won ni Ogbe yoo de aye
Ogbe se ebo
Bi Ogbe se s'afowopaowo
O pade igbo ni akoko
Ogbe ni idamu
Esu s'eti Ogbe:
Ranti, o ni eku lati tan ọna kan nipasẹ igbo
Ogbe gbe eku sile
Eku gbina ona gba inu igbo
Esu ni ki Ogbe tele
Nigbati o jade ninu igbo
Ogbe pade omi
Ogbe ni idamu
Esu s'eti Ogbe:
Ranti, o ni ẹja ti o ṣe apẹrẹ ọna nipasẹ okun
Ogbe da ẹja na sinu omi
Awọn ẹja bẹrẹ lati we
Esu ni ki Ogbe tele
O pade igbo ni akoko
Ogbe ni idamu
Esu s'eti Ogbe:
Ranti, o ni eku lati tan ọna kan nipasẹ igbo
Ogbe gbe eku sile
Eku gbina ona gba inu igbo
Esu ni ki Ogbe tele
Esu ni ki Ogbe tele
Nigbati o we jade ninu omi
Ogbe pade ilu kan
Ṣugbọn ko mọ iru itọsọna lati koju
Esu s'eti Ogbe:
Ranti àkùkọ ti npa aye kan lori ilẹ
Esu ni ki Ogbe tele akuko
Ogbe de aarin ilu naa
Inu re naa dun o bẹrẹ si jo ati yọ
A fi Ifá l'ọwọ́ wa
A te Ifa l'ori ilẹ
Elesa a gbo gi (oruko alufa)
Ohun lo difa fun Ogbe
Ni ọjọ ti o ti wa lati ọrun wá si aiye
Eku nlo Ori re lati jona ona ninu igbo

Eja naa nlo Ori rẹ lati ṣe apẹrẹ awọn ọna nipasẹ okun
Àkùkọ máa ń lo Òrì rẹ̀ láti kó àwọn ọ̀nà tó wà lórí ilẹ̀ mọ́
Nitorina, Ogbe yẹ ki o di olokiki
irawo Ogbe ko gbodo ja bi ewe igi
Ogbe yẹ ki o tan ọna nipasẹ iṣoro

Translation
We divine Ifa in our hand
We press Ifa on the ground
Elesa a gbo gi (priest's name)
Cast divination for Ogbe
Coming from heaven to earth
They said Ogbe would enter the world
Ogbe was asked to perform an offering
Ogbe inquired of the items to offer
Ogbe should secure a rat to blaze paths in the bush
A fish to chart a way through the ocean
A rooster to clear passage on land
They said Ogbe would reach the world
Ogbe performed the offering
As Ogbe ventured
He met the bush first
Ogbe was perplexed
Esu whispered in Ogbe's ear:
Remember, you have a rat to blaze a path through the bush
Ogbe put down the rat
The rat blazed a path through the bush
Esu told Ogbe to follow
When He exited the bush
Ogbe met water
Ogbe was perplexed
Esu whispered in Ogbe's ear:
Remember, you have a fish that charts a way through the ocean
Ogbe dropped the fish in the water
The fish began to swim
Esu told Ogbe to follow
When He swam out of the water
Ogbe met a town
But did not know which direction to face
Esu whispered in Ogbe's ear:

21

Remember the rooster that clears a passage on land
Esu told Ogbe to follow the rooster
Ogbe arrived at the center of the city
He was happy and started to dance and rejoice
We divine Ifa in our hand
We press Ifa on the ground
Elesa a gbo gi (priest's name)
Is the one who cast divination for Ogbe
On the day He was coming from heaven to earth
The rat uses its Ori to blaze paths in the bush
The fish uses its Ori to chart ways through the ocean
The rooster uses its Ori to clear passages on land
Therefore, Ogbe should become popular
Ogbe's star should not fall like tree leaves
Ogbe should light a path through difficulty

Ogbe Oyeku

Rekureku (eweko gbooro) ko kọja ọna
Iku ka won sugbon ko ka mi
A ko le ka ewe Agbonyin (iru igi)
Iku de ile sugbon ko pade mi
Iku Araharoho ti ṣe ìsapá asán
Àìsàn wá sílé ṣùgbọ́n kò pàdé mi
Àìsàn Araharoho ti ṣe ìsapá asán
Pipadanu wa si ile ṣugbọn ko pade mi
Àdánù Araharoho ti ṣe isapá asán

Translation
Rekureku (wide plant) does not cross the path
Death counts them but did not count me
Uncountable are the leaves of Agbonyin (type of tree)
Death got home but did not meet me
Araharoho death has made a wasteful effort
Sickness came home but did not meet me
Araharoho sickness has made a wasteful effort
Loss came home but did not meet me
Araharoho loss has made a wasteful effort

Ogbe Iwori

Ogbe wo eyin
Gbogbo oju lori ile aye ko le ropo ti ara wọn
Gbogbo awọn ọmọ ti ara ko le sọ asọtẹlẹ ọkan wọn
Okunrin ati Obinrin ko le wa ni ife si iye ti mọ ibi ti ara wọn nyún
Lo difa fun Duro ati Ma ṣe gun ju Ki O Pada Ile
Boya alejo kan ti wa si ile
Ni kiakia dide ki o wo ẹhin
Ti o ba fi ẹnikan ranṣẹ si ile ni aaye rẹ
Apakan ti ifiranṣẹ rẹ yoo sọnu tabi abumọ
Ogbe o ye ki o wo eyin, boya alejo ni ile
Ogbe yara lo wo eyin
Maṣe ṣiyemeji awọn aṣiri ti ohun ijinlẹ naa
K'o ma wi pe: Ko ha se Ifa nikan l'ile?
Ogbe pada si ile

Translation
Ogbe look back
All eyes on earth cannot replace ones own
All ones biological children cannot predict ones thoughts
Both men and women cannot be in love to the extent of knowing
where their bodies itch
Cast divination for Stand Up and Do Not Take Too Long Before
You Return Home
Maybe a visitor has come home
Quickly stand up and look back
If you send someone home in your place
Part of your message will be lost or exaggerated
Ogbe you better look back, maybe a visitor is at home
Ogbe quickly go and look back
Do not doubt the secrets of the mystery
Do not ever say: Is it not only Ifa at home?
Ogbe go back home

Ogbe Odi

Arikinrinjigbinni
A difa for Orunmila
Ni ọjọ ti yoo dide si wahala aye
A beere fun u lati pese owo eyo ẹẹdẹgbẹrin
Orunmila gbo ebo o se
O bere lati korin:

23

Arikinrinjigbinni kinrinjigbinni
Mo lo Eda fun ebo, kinrinjigbinni
Ara mi di alagbara, kinrinjigbinni
Mo lo Emo fun ebo, kinrinjigbinni
Ara mi di mimo, kinrinjigbinni
Mo lo Afo (eran ti n fo) fun ebo, kinrinjigbinni
Ara mi di imole kinrinjigbinni
Mo lo Ikun (orisi okere) bi ebo, kinrinjigbinni
Ile mi kun fun oore, kinrinjigbinni

Translation
Arikinrinjigbinni
Cast divination for Orunmila
On the day he would stand up to the world's trouble
We asked him to offer 660 cowries
Orunmila heard about the offering and performed it
He started to sing:
Arikinrinjigbinni kinrinjigbinni
I use Eda (type of rat) for offering, kinrinjigbinni
My body became strong, kinrinjigbinni
I use Emo (brown Rat) for offering, kinrinjigbinni
My body became clean, kinrinjigbinni
I use Afo (flying animal) for offering, kinrinjigbinni
My body became light kinrinjigbinni
I used Ikun (type of squirrel) as offering, kinrinjigbinni
My house is full of goodness, kinrinjigbinni

Ogbe Irosun
Yankanro, Yankangba, Yankankan fun nu orankan
Awon ni won difa f'omo Ọ̀rúnmìlà
Tani yio gbon iku ati aisan
Won ni ki Orunmila fi eran agbọ̀nrín fun awon omo re
Ó gbọ́ nípa ẹbọ náà, ó sì ṣe é. O bere lati korin:
Mo mi iku, Nko ni ku mo
Ẹran agbọ̀nrín máa ń mì ikú
Mo gba aisan kuro, Emi ko ni ku mọ
Ẹran agbọ̀nrín máa ń mì àìsàn

Translation
Yankanro, Yankangba, Yankankan fun nu orankan
They are the ones who cast divination for a child of Orunmila
24

Who would shake off death and sickness
They told Orunmila to offer the meat of a deer for his children
He heard about the offering and performed it. He started to sing:
I shake off death, I will not die anymore
The deer meat shakes off death
I shake off sickness, I will not die anymore
The deer meat shakes off sickness

Ogbe Owonrin

Orisa ki lo loni pin wa
Lo difa fun Mageni
Iya egun
Wọn ní kí ó rúbọ
Ki ọmọ rẹ ti n gbe ni ilu okeere ma pada di ọta rẹ
Iya egun dahun:
Niwọn igba ti mo tun rii ọmọ mi lẹẹkansi ohun gbogbo yoo dara
Nítorí náà, kò parí ẹbọ náà

Translation
Orisa do not use today to divide us
Cast divination for Mageni
The mother of Masquerade
She was asked to perform an offering
So that her son living abroad will not return to become her enemy
Mother of Masquerade responded:
As long as I see my son again everything will be fine
So, she did not complete the offering

Ogbe Obara

Ogbebara!
Bara bara (orisi elegede) laa ke esi (oruko iyin)
Apa oke (yiyo) bara bara ni oogun
Lo difa fun Aragberi,
Eni to fe kan orun
Wọn ní kí Aragberi rúbọ kí ó má baà jẹ májèlé. Aragberi gbo nipa
ẹbọ o si ṣe
Aragberi rin irin ajo lọ si oko ti awọn ọta ti gbin majele sinu àkàrà
rẹ

25

Wọn ní kí àwọn ọmọdé kan gbé àkàrà ìrísí náà lọ sí Aragberi
Ṣugbọn awọn ọmọ kekere jẹ diẹ l'ọna wọn si ṣegbe
Aragberi ko je àkàrà naa o si darugbo o si gbé gun
Aragberi di aiku o so okun lati ile aye de orun lati gun

Translation
Ogbebara!
Bara bara (type of pumpkin) laa ge esi (praise name)
The top part (stem) of bara bara is medicine
Cast divination for Aragberi,
The one who nearly touched the sky
Aragberi was asked to perform an offering so that he/she does not
eat poison. Aragberi heard about the offering and performed it
Aragberi traveled to the farm where enemies planted poison in her
bean cakes
They asked some children to deliver the bean cakes to Aragberi
But the little ones ate some on the way and perished
Aragberi did not eat the bean cakes and grew old and lived long
Aragberi became immortal and tied a rope from earth to heaven to
climb

Ogbe Okanran
Akinkanju ko le da ara won sile Ifa
Àwọn ọlọ́gbọ́n kò lè fi ara wọn di ọba
Ọbẹ mimu ko le ge ọwọ tirẹ
A difa fun Asumanudi (eniyan ti o kọlu ti ko sọ apọju rẹ di)
Tani yio fi ara re jọba ati gbogbo aiye yio korin:
A yoo ko fi sori ẹrọ ohun ero / ranri eniyan bi ọba
A ti pinnu pe o jẹ ọta itẹ
A yoo ko fi sori ẹrọ ohun ero / ranri eniyan bi ọba

Translation
Brave ones cannot initiate themselves into Ifa
Wise ones are unable to install themselves as kings
A sharp knife cannot cut its own handle
Cast divination for Asumanudi (a person that poops and does not
clean his butt)
Who will make himself king and the whole world will sing:
We will never install an opinionative/adamant person as king
We have concluded you are the enemy of the throne

We will never install an opinionative/adamant person as king

Ogbe Ogunda

Egun ba Ogbe yo
Egun sọ pe oun ni jagunjagun ti o ngbe inu ile naa
Sugbon gbagbe iku wa ni ọwọ ọtun
Aṣeyọri wa ni ọwọ osi
Iṣowo pẹlu aṣeyọri wa ni Ogbe-egu
Iku ati aisan wa ni apa keji
Oba Egun ti ru elede
Tani ko mo pe gbogbo omo Egun ni yoo ri alaafia?

Translation
Masquerade slammed Ogbe and rejoiced
Masquerade claimed to be the warrior who lives in the house
But forgot death is on the right hand
Success is on the left hand
Trading with success is present in Ogbe-egu
Death and sickness are present on the other side
The king of Egun has offered a pig
Who does not know that all Egun people will experience peace?

Ogbe Osa

Ogbe ri iku o sa
Awọn ohun buburu ko wọpọ
Asọtẹlẹ simẹnti kan ti ko wọpọ fun amọtẹkun
Amotekun sọ pe oun ko ni wọpọ
Tí ó bá di mẹta nínú igbó gbogbo àwọn ẹran a máa sá lọ
àmọ̀tẹ́kùn ru aso k'eleku
Ṣe o ko ri bi àmọ̀tẹ́kùn ti lẹwa?
Ṣugbọn iwa rẹ ko ṣe itẹwọgba
Oju àmọ̀tẹ́kùn fun ọkan aniyan
Iwa ti àmọ̀tẹ́kùn jẹ ẹru
Aṣọ tó lẹ́wà ni àmọ̀tẹ́kùn fi ń rúbọ
Àwọ̀ àmọ̀tẹ́kùn lẹ́wà ju àwọn ẹranko mìíràn lọ
Iwa ti àmọ̀tẹ́kùn ni ko jẹ ki a ma tẹle e

Translation
Ogbe saw death and ran
Bad things are uncommon

Uncommon One cast divination for the leopard
The leopard said he/she would not be common
If he/she becomes three in the bush all the animals would run
The leopard offered k'eleku cloth
Don't you see how beautiful the leopard looks?
But her character is not welcoming
The leopard's eyes give one concern
The leopard's character is appalling
The leopard used beautiful clothes for the offering
The leopard's skin is more beautiful than any other animal
It is the leopard's character that dissuades us from following him

Ogbe Ika

Ogbe ni iwaju
Ika tẹle lẹhin
A difa fun Ọrúnmìlà
Oṣiṣẹ alufaa kaakiri ile Ife nibiti a ti da agbaye
O de Were (ilu) ti won ko ni Ifa
Won tun ko ni Opele
Wọn lo awọn ewe lati ibawi
'Nbọ-pada' ni ẹni ti o sọ pe ki n pada wa lati Were (ilu)
Otitọ ni
Emi yoo ko ni anfani lati pada
Ọkunrin ki i wá ọwọ obinrin ni igbeyawo ki o si sun nibẹ

Translation
Ogbe in the front
Ika follows behind
Cast divination for Orunmila
Venturing priesthood across the land of Ife where the world was
created
He got to Were (town) where they did not have Ifa
They also did not have Opele
They use leaves to divine
'Coming-Back' is the one that said I should come back from Were
(town)
It is true
I would not have been able to return
A man does not seek a woman's hand in marriage and sleep there

Ogbe Otura

Eniyan lati sile
A difa fun Òrúnmìlà
Paapaa fun eniyan agbalagba ti yoo padanu ọna naa
Ki o si di jinna sọnu
Awọn ọmọde lati ẹhin yoo pe e lati sọ pe:
Baba, wa nihin, ona niyi

Translation
People from behind
Cast divination for Orunmila
Also for an aged person who will miss the path
And become deeply lost
Children from behind will call him to say:
Father, come here, here is the way

Ogbe Oturupon

Eni ti aye ba wu ko gbodo binu
Tabi gbadun aye pẹlu ojukokoro
Igbadun nbọ tobi ju ayọ ti o ti kọja lọ
Ti ọmọ ba sin baba rẹ fun igba pipẹ
Yoo di ominira nikẹhin
Igbẹkẹle yoo pari ni akoko to tọ
Nigbati obinrin ba ti bàlágà yoo ni ile tirẹ
Igbẹkẹle yoo pari ni akoko to tọ
Gbogbo igbiyanju irẹlẹ mi yoo jẹ ere
Ni ọjọ ti awọn igbiyanju ọmọde wọ inu igbo, wọn yoo beere:
Ni ile tani obinrin rere yio wọ?
Ile mi ni mo ti ri obinrin rere
Ni ile tani omo rere, owo, oro ati emi gigun yoo wọ?
Ile mi ni mo ti ri omo rere, owo, oro, ati emi gigun

Translation
Whoever the world pleases should not be angry
Or enjoy the world with greed
The enjoyment coming is greater than the joy which has passed
If a child serves his father for a long period
He/she will become independent eventually
Dependence will end in due course
When a woman grows to maturity she will have her own home
29

Dependence will end in due course
All my humble efforts will be rewarded
On the day childhood efforts enter the bush, they will ask:
In whose house will a good woman enter?
It is my house where I will see a good woman
In whose house will good children, money, wealth and long life
enter?
It is my house where I will see good children, money, wealth, and
long life

Ogbe Irete

Ogbe wa pilẹṣẹ wọn
Ki wọn le ni itunu
Mo gba
Mo da won sile Ifa
O je nigbati mo gba
Ti baba mi bẹrẹ mi
Ẹnikan ti ko ni oye
Ẹnikan laisi ero-ara ati iwa rere
Eyi ni ohun ti o yori si ọpọlọpọ awọn ipilẹṣẹ fun eniyan kan
Ìṣòro Èsù ṣì wà bí ó tilẹ̀ jẹ́ pé Ifá ni wọ́n tàn kálẹ̀
Ti Odu ba bo a o fi Elegbara se orisa keta
Eniyan si tun ni ẹbẹ lati ṣe pẹlu ibi

Ogbe come and initiate them
So they may feel relieved
I accepted
I initiated them into Ifa
It was when I accepted
That my father initiated me
Someone without sense
Someone without self-reflection and good character
This is what leads to multiple initiations for a single person
The problem of Esu still remains even if Ifa is spread out
If Odu is covered and we put Elegbara as the third divinity
A person still has pleading to do with evil

Ogbe Ose

Eniyan ti o ni idibajẹ ji
Lati mu efun kan si ọwọ rẹ
O lo lati difa
Ajamlele lo n di ibo mu
Lo difa fun Iyawo Olofin
Ẹni tí ó yàgàn tí ó sì ń ṣọ̀fọ̀ ti kò bímọ
Wọ́n ní kí ó kó ìyókù epo pupa sí inú ilé
Ó tún gbọ́dọ̀ ní abẹ́ tí ó ti lò tẹ́lẹ̀ láti gé irun ọmọ
O ti wa ni pa sile kan omi ikoko
Ajamlele ki o pada si ile ki o mu adie meji wa

Translation

A person with disabilities woke up
To hold a piece of white chalk in her hand
She used it to cast divination
Ajamlele is the one who is holding the ibo
Cast divination for Olofin's wife
Who was barren and lamenting of not having children
They told her to keep a remnant of palm oil in the house
She should also have a razor she has used before to cut a child's hair
It is kept behind a water pot
Ajamlele should return home and bring it with two hens

Ogbe Ofun

Igbo nla ti de
Igbo nla ti gbe erin mì patapata
Okunkun ti de
Okunkun ti gbe igbo nla ti o wa ninu erin mì patapata
Lo difa fun ọba Olokun
Won ni ko seni to le ri orisun Olokun laelae
Gbogbo ohun ti a rii lori ilẹ tun wa ninu okun, ṣugbọn omi ti bò o
Awon eranko ti o tobi ju erin lo wa ninu okun
Omi jinjin bo gbogbo won

Translation
Big forest has come
Great forest has swallowed the elephant completely

31

Darkness has come
Darkness has swallowed the big forest containing the elephant completely
Cast divination for royal Olokun
They said no one would ever see Olokun's source
All we see on land is also present in the ocean, but the water has covered it up
Animals that are bigger than the elephant are present in the ocean
Deep water covers them all

Oyeku Meji

Afẹfẹ nmì igbo
Ó ń mi igi ọpẹ jìgìjìgì
A difa fun Balekale
Ẹni tí a ní kí ó rúbọ
Nitorina afẹfẹ ko ni bori rẹ
Balekale ni oruko okuta
 O funni ni eeru ati iye owo ti o le mu
Nigbana ni Balekale wipe: Mo ti rubọ fun aaye mi
Ko si bi afẹfẹ ṣe lagbara to
Ẹnikẹni tí ó bá gbógun tì mí yóò dàrú

Translation
The wind shakes the forest
It rocks the palm tree vigorously
Cast divination for Balekale
Who was asked to perform an offering
So the wind would not overpower him/her
Balekale is the name for a stone
He/She offered ashes and an amount of money he/she could afford
Then Balekale said: I have offered for my place
No matter how powerful the wind
Whoever attacks me will be troubled

Verse 2
Ipilẹ wa ni ohun ti gbogbo ohun rere ti wa ni itumọ ti lori
Paapa ti o ba lọ kuro ni ipo rẹ
Emi kii yoo gbe.
Àwọn òkúta ìpìlẹ̀ ilé náà kò gbọdọ̀ wó lulẹ̀;
adé orí kò sì gbñdð sæ Ǻni tó wà lñjà.
Nitorinaa Emi kii yoo lọ kuro.
Ìmọ́lẹ̀ kan ń farahàn ní ọrun,
ṣugbọn diẹ ninu awọn eniyan ro wipe ọjọ ti tẹlẹ dawned.
 A difa fun Eji Òyè

ti yoo yo lori Earth bi if'oju.

Nitorinaa, ti o ba jẹ owo ti o gbe mi Emi yoo dajudaju sọ bẹ.

Ifá á fi ire ara mi fún mi.

Translation

Our foundation is what every good thing is built on.

Even if you move away from your position

I will not move.

The foundation stones of the house must not fail the house,

and the crown of the head must not fail the person in the market.

So I will not move away.

Twilight is just appearing in the heavens,

but some people thought that day had already dawned.

Ifá divination was done for Eji Ọ̀yè

who would dawn on Earth like daylight.

So, if it were money that moved me I would certainly say so.

Ifá will assign me my own good fortune.

Oyeku Ogbe

Oyeku lu ilu fun Ogbe lati jo

Oyeku ni iwaju

Ogbe tele

A difa fun ẹnikan ti o fi ọwọ rẹ ṣe ounjẹ fun ọba

Oúnjẹ iyebíye ni ó fi ń sin ọba

Ṣé ẹ ò mọ̀ pé ẹni yìí tóbi ju ọba lọ?

Translation

Oyeku beat the drum for Ogbe to dance

Oyeku is in the front

Ogbe follows

Cast divination for someone who uses his hand to prepare food for the king

He/She serves the king precious morsels

Don't you know this person is greater than the king?

Oyeku Iwori

Oyekuwori alagogo oje

Diẹ diẹ ni iṣẹ Isan

34

Odun to koja, o lu agogo igi
Odun yii, o n lu agogo irin
Ni ọdun to nbọ, iwọ yoo lu agogo oje
Ṣe o ko mọ pe diẹ diẹ ni Isan n gbe?

Translation
Oyekuwori alagogo oje (brass bell)
Little by little is the work of Isan (dripping)
Last year, you beat the bell of wood
This year, you are beating the bell of metal
Next year, you will beat the bell of brass
Don't you know it is little by little that Isan (dipping) moves?

Oyeku Odi

Òfófó ń pa ìjọ run
Itankale agbasọ lo n tu awujo
Eyikeyi ariyanjiyan ti a gbe soke pẹlu idà
Ọrunmila ao fi Irukere sọ ọ

Translation
Gossip destroys the congregation
Spreading rumors wrecks community
Any controversy built up with the sword
Orunmila will cast it away with Irukere (horse tail)

Oyeku Irosun

Oyekuoye
Lo difa fun eni ile
Ẹni tí a ní kí ó rúbọ
Fun alejo ti yoo mu wahala
Onílé kọ̀ láti ṣe ebo náà
Ekiti baba ahere
Simẹnti afọṣẹ fun eniyan lori ona
Tani n lọ si ile ẹlomiran lati gbe
Ẹni tí ó wà lójú ọ̀nà gbọ́ nípa ẹbọ náà, ó sì ṣe é
O wọ ile naa
Ki o si gbe ọmọ rẹ si ibusun nigbati ọmọ ba daku
Lẹhinna o kigbe ni ibinu: ran mi lọwọ!
Eni n'ílé ti pa ọmọ mi!

35

Àwọn èèyàn wá gbé onílé wá sí ààfin ọba
Láti ibẹ̀ ni wọ́n ti mú ẹni tó ni ilé náà lọ sẹ́wọ̀n
Wọn ṣe ibeere: tani o sọ ṣaaju ki o to gba alejo ni ile rẹ?
Ayé sọ pé: Ṣé ẹ ò rí ohun tó máa jẹ́ àbájáde àìfún Èṣù?
Ṣe o ko ri iṣoro ti ko ṣe ẹtan si Esu?
Eyi ni ohun ti o gba alejo laaye lati mu ija wa si eni n'ile

Translation
Oyekuoye
Cast divination for the home owner
Who was asked to perform an offering
For a visitor who will bring trouble
The home owner refused to perform the offering
Ekiti, the father of the hut
Cast divination for a person on the road
Who is going to someone else's house to reside
The person on the road heard about the offering and performed it
He entered the house
And put her child to bed when the child fainted
Then He screamed in anger: help me!
The owner of the house has killed my child!
People came and brought the home owner to the king's palace
From there, the owner of the house was taken to prison
They interrogated: who did you tell before you received a visitor in your house?
The world observed: Don't you see the consequences of not offering to Esu?
Don't you see the problem of not propitiating to Esu?
This is what allowed the visitor to bring strife to the owner's house

Oyeku Owonrin

Oyewonrinmi, wonrinje
O kan erin ni pẹkipẹki
Fowo kan mi
Lo difa fun Orisa Ketuyegbe
Oko Alarete
Ní ọjọ́ tí wọ́n ń ṣe ìkórè ọdọọdún
Orisa ni ki Alarete mu awon iyawo oun toku lo si oko
Alarete se afehinti ohun omo re
Sugbon nigba to n lo si oko o duro si ile Werepe
O fi omo re sile ki o le ba Werepe tage

36

Lojiji, iṣu ti o mu wa fun Werepe ṣubu, o si pa ọmọ naa
Werepe jẹbi o sọ pe oun yoo pokunso
Alarete tun se atileyin omo re o pada si oko
Ki o to de oko Orisa ti de
Lẹsẹkẹsẹ Orisa ri i
O fi ibinu ju iṣu ti o wa lọwọ rẹ si i Lẹsẹkẹsẹ yi pada sẹhin si iṣu
Iṣu na lu ọmọ naa ni ẹhin
Alarete yara gbe ọmọ naa si isalẹ o bẹrẹ si pariwo:
"" Orisanla ti pa omo re"
O bere si sare lo si ile Werepe wipe:
""Werepe maṣe gbe ara rẹ rọ!
Werepe maṣe pa ara rẹ!
Orisanla ti pa omo re!"
Sugbon ki o to de Werepe ti so ara re

Translation
Oyewonrinmi, wonrinje
It touches the elephant closely
Touch me
Cast divination for Orisa Ketuyegbe
The husband of Alarete
On the day they were performing the yearly harvest
Orisa told Alarete to take his other wives to the farm with her
Alarete backed her baby
But on her way to the farm she stopped at Werepe's (poison ivy) house
She put down her baby so she could flirt with Werepe
Suddenly, the yam she brought for Werepe fell, and killed the child
Werepe felt guilty and said he would hang himself
Alarete backed her baby again and returned to the farm
Before she got to the farm Orisa had already arrived
Immediately Orisa saw her
He angrily threw the yam in his hand at her She immediately turned her back to the yam
The yam hit the baby on her back
Alarete quickly put the baby down and started to scream:
""Orisanla has killed your baby""
She started to run to Werepe's house saying:
""Werepe do not hang yourself!
Werepe do not kill yourself!
Orisanla has killed your baby!""

But before she arrived Werepe had hung himself

Oyeku Obara

Oyeku palaba
O di pabo
A difa fun ijapa ti yio lọ si ile awọn àna rẹ̀ lati dojuti ara rẹ̀
Wọ́n ní kí ijapa náà rúbọ kí ó má baà dójú ti ara rẹ̀
Ìjapa kọ̀ láti rúbọ
Awon ana ijapa n ta Ogi gege bi owo idile won
Nigbati awọn ana rẹ ti n lọ ogi
Ijapa n pa itan iyawo re bi enipe o fe e
Nítorí náà, àwọn àna rẹ̀ pinnu láti gbá a mú, kí wọ́n sì lò ó gẹ́gẹ́ bí
òkúta tí wọ́n fi ń lọ Ogi
Wọn bẹrẹ si kọrin bi eleyi:
Ijapa dara fun lilọ
Oyeku palaba
Awọn ijapa pẹlu aami tokasi imu
Oyeku palaba
Awọn turtle pẹlu ti o ni inira ese
Oyeku palaba
Ijapa dara fun lilọ
Ijapa pelu alapin àyà
Ijapa pelu aiṣedeede eyin
Ijapa dara fun lilọ

Translation
palaba (broad Oyeku)
O di pabo
Cast divination for a turtle that will go to his in-laws' house to
disgrace himself
They asked the turtle to perform an offering so that he does not
humiliate himself
The turtle refused to perform the offering
The turtle's in-laws sell Ogi (custard) as their family business
When his in-laws were grinding the custard
The turtle was rubbing his wife's thighs as if to seduce her
So his in-laws decided to grab him and use him as a grinding stone
to grind Ogi (custard)
They started to sing like this:
The turtle is good for grinding
38

Oyeku palaba (Broad Oyeku)
The turtle with tiny pointed nose
Oyeku palaba (Broad Oyeku)
The turtle with rough legs
Oyeku palaba
The turtle is good for grinding
The turtle with flat chest
The turtle with an uneven back
The turtle is good for grinding

Oyeku Okanran

Oyeku pe Okanran lati rin irin ajo papo
Oyeku ni ki Okanran maa tele oun loju irin ajo
Okanran beere pe: kini awa yoo je nibe?
Oyeku kigbe: Whoa! Emi ti o pe o lori kan irin ajo!
Emi ko ni ri nkankan lati je?
Ni kete saaju ki irin-ajo naa bere
Oyeku bere nipa irin ajo na
Ifa ni ki Oyeku se ebo
Beena eni ti o ba Oyeku rin irin ajo naa
Ko jeun ju Oyeku lo
Oyeku gbo nipa ebo o se
Nígbà tí wón dé ibi tí wón ń lo
Oyeku gbe Okanran lo si ile Olokun ti won ri toonu owo
Oyeku so fun Okanran pe oro naa je ebun Olokun fun awon alejo
Oyeku ni ki Okanran kojo bi o ti le gbe
Sugbon dipo Okanran wipe:
Se kii se iwo ni o mu mi wa sihin?
Fun mi ohunkohun ti o ba ro mi ye
Okanran ran lati ko toonu ti owo
Okanran ko awon ohun iyebiye kekere si
Bee ni Oyeku ko awon omo kekere
Yanrin ti o ku yii di awon oke-nla
Nigbati Oyeku pada si ile
Esu toka talisman re si owo Oyeku
Owo naa bere sii dagba titi o fi kun ile naa
Oyeku di olowo nipa suuru
Oyeku di olowo ati olokiki

Translation
Oyeku called Okanran to travel together
39

Oyeku said Okanran should follow him/her on a journey
Okanran asked: what will we eat there?
Oyeku exclaimed: Whoa! Me that invited you on a journey!
Won't I find you something to eat?
Right before the journey began
Oyeku inquired about the trip
Ifa asked Oyeku to perform an offering
So the person accompanying Oyeku on the journey
Does not eat more than Oyeku
Oyeku heard about the offering and performed it
When they reached their destination
Oyeku took Okanran to Olokun's house where they saw tons of money
Oyeku told Okanran that the riches were Olokun's gift to visitors
Oyeku asked Okanran to gather as much as she could carry
But instead of Okanran saying:
Weren't you the one that brought me here?
Give me whatever amount you deem me worthy
Okanran ran to pack tons of money
Okanran disregarded the small valuables
So Oyeku packed the little ones
This remaining sand became mountains
When Oyeku returned home
Esu pointed his talisman at Oyeku's money
The money began growing until it filled the house
Oyeku became rich through patience
Oyeku became wealthy and popular

Oyeku Ogunda

Se eyin aja lewa bi?
Ṣé ọrùn àgbò tí ń rọlẹ̀ dára bí?
A difa fo'ri ati tun fun Iwa
Ori nikan ni o ṣakiyesi ẹbọ naa. Iwa kọ
Ori ẹni kii ṣe aisan tabi buburu titilai
Iwa ni o le
Iwa lo n pa Ori run

Translation
Are a dog's teeth beautiful?
Is the drooping neck of a ram cute?
40

Cast divination for Ori (destiny) and also for Iwa (character)
It is Ori (destiny) alone who observed the offering. Iwa (character) refused
One's Ori (destiny) does not become ill or wicked permanently
It is Iwa (character) that is difficult
It is Iwa (character) that destroys Ori (destiny)

Oyeku Osa

O sọ pe: Ohunkohun ti a lepa fun igba pipẹ ti a ko pade
O sọ pe: Ohunkohun ti o lepa wa fun igba pipẹ ti o pade wa
Ti a ba sa fun iku fun igba pipẹ, iku yoo pade wa
Ayafi ti a ba wa ni aaye ti ilẹ ati ọrun pade
Ko si ibi ti a le sare pe iku ko pade wa
A difa f'onikoso Iyanju
Bi o ti lagbara to
Kí ó si se ebo fún ikú

Translation
It says: Whatever we chase for a long time that we do not meet
It says: Whatever chases us for a long time that meets us
If we run from death for a long time, death will meet us
Unless we are at the spot where land and heaven meet
There is nowhere to run that death does not meet us
Cast divination for Onikoso Iyanju
As powerful as he is
He should still perform an offering for death

Oyeku Ika

Alufa Iyere
A difa fun Iyere
Bakanna fun Arunkunna
Wọn sọ fún wọn pé àwọn méjèèjì jọ ara wọn
Ṣugbọn ọkan yoo dara, ekeji yoo buru
Oyeku ti Ika
Ẹniti o ba ngbe pẹlu ọlọrọ yoo
Tun igboro awọn otito ti oro
Paapa ti eniyan ba gbe pẹlu ọlọrọ ti ko pin owo
O le jẹ ajẹkù ti ounje o nfun
A difa fun Sekere

41

Ti o murasilẹ owo ni ayika ara
Ṣugbọn wí pé o jẹ ṣi ebi npa laarin
Won ni ki Sekere se ebo
Ki oro oba le fi han ninu re
Sekere gbo nipa ebo na o si se e
Nitori naa elere Sekere fi agidi pe oba ni oruko re
A ko gbodo mu elere Sekere ni aafin
Fun pipe ọba ni orukọ akọkọ rẹ

Translation
The priest of Iyere (pepper)
Cast divination for Iyere (pepper)
Also for Arunkunna (poisonous pepper)
They were told that both resemble each other
But one would be good, the other bad
Oyeku pushed Ika
Whoever lives with a rich person will
Also bare the reflection of wealth
Even if one lives with a rich person who does not share money
It may be a remnant of food that she offers
Cast divination for Sekere (musical instrument)
Who wraps money around himself/herself
But says she is still hungry within
They asked Sekere to perform an offering
So that the king's wealth would reflect in him/her
Sekere heard about the offering and performed it
Therefore, the player of Sekere stubbornly calls the king by his first name
We dare not arrest the player of Sekere in the palace
For calling the king by his first name

Oyeku Oturupon
Awọn igi ọpẹ fi ọwọ kan ilẹ ati tan jade
A difa fun agbẹ kan lati Ile-Ife ti n ṣe ikore ọdọọdun
Wọn ní kí àgbẹ̀ náà gbé ewúrẹ́ ńlá kan rúbọ kí ó sì ṣe dáadáa fún
Ori rẹ̀
Àgbẹ̀ gbọ́ nípa ẹbọ náà, ó sì ṣe é
Orisa gbo ti agbe nse ebo
Ó wá bá àgbẹ̀ náà lọ́wọ́
Owo ti nbo fun agbe
Orisa mu omo pelu re

42

Awọn ọmọde wa pẹlu rẹ
Ó mú ìlẹ̀kẹ́ wá
Awọn ilẹkẹ ti n bọ pẹlu rẹ
O fi owo silẹ
Ó kó àwọn ọmọ sí yàrá àgbẹ̀
O fi awọn ilẹkẹ si abẹ matiresi rẹ o si lọ si ara rẹ
Nígbà tí àgbẹ̀ wọlé, ó rí gbogbo àwọn nǹkan wọnyí
O yara sare tele Orisa lati so fun wipe o ti gbagbe owo, omo ati ileke ninu ile
Gẹ́gẹ́ bí àgbẹ̀ ṣe sọ àwọn nǹkan wọnyí ni Òrìṣà dáhùn: iwọ pa àwọn náà mọ́ fún ara rẹ
Àgbẹ̀ náà bẹ̀rẹ̀ sí sọkún ní ayọ̀, ó sì kọrin pé:
Eni owo na fi mi sile Oyekubaturupon
Oni awon omo fi omo sile Oyekubaturupon
Eni ileke fi mi lele Oyekubaturupon
Olówó ilé fi mí sí ilé Oyekubaturupon
Oyekubaa-baa- Oyekubaturupon

Translation
Palm fronds touch the ground and spread out
Cast divination for a farmer from Ile-Ife who was performing yearly harvest
The farmer was asked to offer a giant he-goat and cook it well for his Ori
The farmer heard about the offering and performed it
Orisa heard the farmer was performing an offering
He came to meet the farmer with money
Money was coming to the farmer
Orisa brought children with him
Children were coming with him
He brought with him beads
Beads were coming with him
He left money
He put children in the bedroom of the farmer
He put beads under his mattress and left on his own
When the farmer entered he saw all these items
He quickly ran after Orisa to tell him he had forgotten money, children and beads in the house
As the farmer mentioned these items Orisa responded: you keep those for yourself
The farmer started to cry in joy and sing:

The owner of the money left me with money Oyekubaturupon
The owner of children left me with children Oyekubaturupon
The owner of beads left me with beads Oyekubaturupon
The owner of the house left me with the house Oyekubaturupon
Oyekubaa-baa- Oyekubaturupon

Oyeku Otura

Oyekubatua
A difa fun Aparo
Tani yoo ji iyawo iku Kukuwa fun igbeyawo
Won ni ki o fun oruje ati owo eyo ẹẹdẹgbẹrin
Aparo gbo nipa ebo na o si se e
O so oruje le enu ona ile re
Bi iku ti nbọ pẹlu ibinu pẹlu ọgọ lọwọ rẹ
Oruje bu si ori
Iku yara yipada o si bẹrẹ si ṣiṣe
Ikú ò rí oruje láì sáré
Aparo yara jade o bẹrẹ si jo ati orin:
Mo mu kukuwa-kukuwa-kukuwa
Oyeku irete
Gbòngbò ẹgbẹ́ ọ̀nà gbá ọmọ náà síwájú
A difa fun ọba ngbe aye lai ọwọ
Wọ́n ní kó fi àgùntàn àti idà rúbọ
Ọba gbọ́ nípa ẹbọ náà, ó sì ṣe é
Ṣe o ko ri eniyan lati ọjọ miiran?
Ọba yoo ṣe idajọ ati pe yoo ni agbara lati ṣe idajọ iku

Translation
Oyekubatua
Cast divination for Aparo (partridge bird)
Who is going to steal death's wife Kukuwa for marriage
He was asked to offer oruje and 660 cowries
Aparo heard about the offering and performed it
He tied the oruje at the entrance of his house
As death was coming angrily with a club in his hand
Oruje broke on its head
Death quickly turned around and started running
Death does not see oruje without running
Aparo quickly came out and started dancing and singing:
I took kukuwa-kukuwa-kukuwa

44

Oyeku irete
Roadside root tripped the child forward
Cast divination for a king living life with no respect
He was asked to offer a sheep and sword
The king heard about the offering and performed it
Don't you see the person from the other day?
The king will judge and have the power to execute the death penalty

Oyeku Ose

Oyeku wo Ose, alaafia ni won ro
Ṣugbọn wọn pinnu lati wa ibinu fun ara wọn
A difa fun Oluponju
Ti o ji ni kutukutu owurọ
Oluponju lo sneakily sinu igbo lati wa igi
Wọ́n ní kí ó fún ẹ̀ẹ́dẹ́gbẹ̀ta owo eyo àti osuka
Nitorina ọrun rẹ ko ni ni irora
Oluponju kọ lati ṣe ẹbọ
Obìnrin náà wọ inú igbó, ó sì parí gbíkó igi jọ
Sugbon Oluponju ko le gbe e lo
Bi o ṣe n gbiyanju pupọ lati lọ pẹlu igi naa
Ẹ̀ka ọ́fììsì kan fa igi náà lójijì
Orun Oluponju

Translation
Oyeku looked at Ose, they felt peaceful
But they decided to look for displeasure on their own
Cast divination for Oluponju (afflicted person)
Who woke up early in the morning
Oluponju went sneakily into the bush in search of wood
She was asked to offer 480 cowries and osuka (a pad used in supporting a load on top of the head)
So her neck would not be in pain
Oluponju refused to perform the offering
She went into the bush and finished gathering wood
But Oluponju could not carry it away
As She was trying hard to leave with the wood
A branch suddenly dragged the wood from his head
Oluponju's neck twisted

Oyeku Ofun

Koko igi (ogbontarigi ọra lori igi kan)
Ko ṣe inira igi naa
Ọwọ́ agogo kìí da agogo lẹnu
Awọn apakan ti alajerun ko binu alajerun naa
A difa f'orunmila, the three rocks to support the garden
O ti a beere lati pese owo eyo egbeje
Orunmila gbo ebo o se
Ó gba ìṣẹgun lórí gbogbo wọn
O bẹrẹ orin:
Tani o ngbero si mi:
Igba aja ko gbero lodi si amotekun --- àmọtẹkùn ni baba gbogbo
ẹranko
Tani o ngbero si mi:
Igba eṣinṣin kì í gbìmọ̀ pọ̀ mọ́ ìgbálẹ̀ --- ìfọ́ ni baba eṣinṣin

Translation
Koko igi (a knotty protuberance on a tree)
Does not inconvenience the tree
The handle of the bell does not bother the bell
The segments of the worm do not irritate the worm
Cast divination for Orunmila, the three rocks that support the garden
He was asked to offer 1400 cowries
Orunmila heard about the offering and performed it
He obtained victory over them all
He started singing:
Who is planning against me:
200 dogs do not plan against a leopard---leopard is the father of all animals
Who is planning against me:
200 flies do not plan against a broom---broom is the father of flies

IWORI MEJI

Ọwọ ọmọde ko le de pẹpẹ
Nígbà tí àwÈn alàgbà kò lè wæ ækà náà.
Awọn irin ajo ọmọde le firanṣẹ awọn agbalagba
 Jẹ ki wọn ko kọ
Nitoripe awọn iṣẹ kan wa ti awọn obi yẹ ki o ṣe fun awọn ọmọ
wọn
Oro Ifa ni eyi fun Ọrunmila
Nígbà tí ọmọ-èyìn rẹ̀ mú un lọ sí àgbàlá Olódùmarè.
Orunmila ja ti o gbiyanju.
Sugbon kadara Akapo ko le dahun.
E pe ni gbogbo igba ti o ba mu ebo Akapo lo si Iwarun
Ẹya miiran farahan o si gba ibukun naa.
Olodumare so wipe awon eniyan ko gbodo dajo egbe kan soso.
Awọn ti o ṣe eyi ko ni ojuṣe ati pe wọn ko yẹ lati jẹ olori.
Nigbati o ko ti tẹtisi si apa keji
O yẹ ki o ko idajọ.

Translation
A child's hand cannot reach the altar
When the elders could not enter the gourd.
Children's trips can send adults
 Let them not write
Because there are certain duties that parents should do for their
children
This is Ifa's word for Orunmila
When his disciple took him to the courtyard of the Almighty.
Orunmila fought that he tried.
But fate Akapo could not answer.
Call it every time you take the Akapo sacrifice to Iwarun
Another figure appeared and received the blessing.
The Almighty said that people should not judge only one group.
Those who do this are irresponsible and unfit to be leaders.
When you have not listened to the other side
You should not judge.

Verse 2

Ẹnikẹni ti a ba tẹle lori irin ajo
A tun tẹle ile
Pẹlu ẹnikẹni ti aja ba de
Aja yoo pada
A difa f' eji Koko Iwori
Tani yoo san ifojusi si oluwa rẹ
Ifa ni kiyesi mi ki o si wo mi daadaa
Eji Koko Iwori
Oju t'o fi wo mi
Maṣe sun pẹlu wọn
Eji Koko Iwori
O yẹ ki o tẹjumọ mi pẹlu oju owo
Eji Koko Iwori
O yẹ ki o tẹjumọ mi pẹlu oju owo
Eji Koko Iwori
Wọn jẹ awọn ti difa fun igbimọ ere Ayo
Ekun ti ko bimọ niyẹn
Awọn ere ọkọ wà ni ọkan ti o fi kun owo eyo meji si meta
Ti o lọ si oko ti awọn ọkan ti o kọ ọgbọn
Alagbẹdẹ ọrun
Lati beere ohun ti o yẹ ki o ṣe
Ki o ma ba sonu
Kí ó lè bímọ ní ìlópo
A ní kí ó rúbọ
Igbimọ ere Ayo gba ẹbọ ti a fun ni aṣẹ
Ó ń jó, ó sì ń yọ̀
Ó ń yin Babaláwo rẹ̀
Babalawo re lo n yin Ifa
Ifa tun n yin Olodumare
O ni gege bi Babalawo won se so
Ení pere
Èjì pere
Wọn jẹ awọn ti o sọ asọtẹlẹ fun igbimọ ere Ayo
Ki on/o ma ba sonu
Awọn ere ọkọ bẹrẹ lati korin
Wo ọkọ ere Ayo ki o wo awọn ọmọde
Wo ọkọ ere Ayo ki o wo awọn ọmọde

Ko si ẹnikan ti o ṣe igbimọ ere Ayo laisi awọn irugbin
Wo ọkọ ere Ayo ki o wo awọn ọmọde
Wo ọkọ ere Ayo ki o wo awọn ọmọde

Translation
Whomever we follow on a journey
We also accompany home
With whomever the dog arrives
The dog shall return
Cast divination for Eji Koko Iwori (two strong Iwori)
Who will pay attention to his mentor intently
Ifa pay attention to me and gaze at me well
Eji Koko Iwori (two strong Iwori)
The eyes you use to watch me
Do not sleep with them
Eji Koko Iwori (two strong Iwori)
You should stare at me with the eyes of money
Eji Koko Iwori (two strong Iwori)
They are the ones that cast divination for Ayo game board
That was crying of not having children
The game board was the one that added two cowries to three
That went to the farm of the one that teaches wisdom
The blacksmith of heaven
To ask for what She should do
So that She does not get lost
So that She can gave birth in multiplies
She was asked to offer sacrifice
The Ayo game board embraced the offering prescribed
She was dancing and rejoicing
She was praising her Babalawo
Her Babalowo was praising Ifa
Ifa was also praising Olodumare
She said it was exactly as their Babalawo said
Ení pẹrẹ
Èjì pẹrẹ
They are the ones that cast divination for Ayo game board
So that She does not get lost
The game board started to sing
Look at Ayo game board and see children
Look at Ayo game board and see children

49

Nobody plays Ayo game board without seeds
Look at Ayo game board and see children
Look at Ayo game board and see children

Verse 3

Iwori wo ohun ti o kan o
Ti o ba faragba Itefa
Gbiyanju lati lo ọgbọn ati oye rẹ
Iwori wo ohun ti o kan o
 Awo, ma fi okun to baje gun igi-ope
Iwori wo ohun ti o kan o
Awo, maṣe wo inu odo lai mọ bi a ṣe le we
Iwori wo ohun ti o kan o
Awo, ma fi ibinu fa obe
Iwori wo ohun ti o kan o
Awo, ma yara lati gbadun aye re
Iwori wo ohun ti o kan o
 Awo, mase kanju lati gba oro
Iwori wo ohun ti o kan o
Awo, mase purọ, maṣe ṣe arekereke
Iwori wo ohun ti o kan o
Awo, maṣe tanjẹ ki o le gbadun aye rẹ
Iwori wo ohun ti o kan o
 Awo, e ma se gberaga si awon agba
Iwori wo ohun ti o kan o
Awo, maṣe sọ ireti nu
Iwori wo ohun ti o kan o
Awo, maṣe ṣe ifẹ si iyawo ẹlẹgbẹ rẹ
Iwori wo ohun ti o kan o
Awo, nigba ti won ti fun yin Ifa initiation
 Tun ararẹ bẹrẹ lẹẹkansi nipa lilo ọgbọn ati oye rẹ
 Iwori wo ohun ti o kan o

Translation
Iwori take a critical look at what affects you
If you undergo Ifa initiation
Endeavor to use your wisdom and intelligence
Iwori take a critical look at what affects you
 Awo, do not use a broken rope to climb a palm-tree

Iwori take a critical look at what affects you
Awo, do no enter into the river without knowing how to swim
Iwori take a critical look at what affects you
Awo, do not draw a knife in anger
Iwori take a critical look at what affects you
Awo, do not be in haste to enjoy your life
Iwori take a critical look at what affects you
 Awo, do not be in a hurry to acquire wealth
Iwori take a critical look at what affects you
Awo, do not lie, do not be treacherous
Iwori take a critical look at what affects you
Awo, do not deceive in order to enjoy your life
Iwori take a critical look at what affects you
 Awo, do not be arrogant to elders
Iwori take a critical look at what affects you
Awo, do not lose hope
Iwori take a critical look at what affects you
Awo, do not make love to your colleague's spouse
Iwori take a critical look at what affects you
Awo, when you have been given Ifa initiation
 Initiate yourself again by using your wisdom and intelligence
 Iwori take a critical look at what affects you

Iwori Ogbe

Omi okun tan de ile Olokun
Omi odo lo si ile Olosa
Ni ti emi ati Ope (Orunmila), ko si ohun miiran
Mo ti jẹ ewúrẹ kan tẹlẹ ati pe emi yoo tẹsiwaju lati sọ:
Mo nwa. Mo nwa
Oju Ope (Orunmila) ni mo n wo
Kii ṣe owo ti Mo san ifojusi si
Oju Ope (Orunmila) ni mo n wo
Kii se iyawo ti mo n wa
Oju Ope (Orunmila) ni mo n wo
Kii se awon omo ni mo n wa
Oju Ope (Orunmila) ni mo n wo
Mo nwa, mo n wo
Oju Ope (Orunmila) ni mo nfi wo
Iwori ti kii ku
Bi aito igi ba wa lori ile aye ati pelu orun
A kì í lo ìgbálẹ̀ bí igi ìdáná

Eyi jẹ irira si broom
O jẹ nitori ibowo fun koko
Pe a yago fun nipa gige si ọtun tabi osi
Èyí rí bẹ̀ẹ̀, a má ṣe pa ẹnu àáké run
A difa fun eru ojo ti o so wipe o yoo ko sa eyikeyi ibi

Translation
Ocean water spreads out to Olokun's house
Lagoon water runs toward the house of Olosa
As for me, and Ope (Orunmila), there is no other alternative
I have already eaten a goat and will continue to say:
I am looking. I am looking
It is the eye of Ope (Orunmila) that I watch
It is not money that I pay attention to
It is the eye of Ope (Orunmila) that I watch
It is not a wife that I am looking for
It is the eye of Ope (Orunmila) that I watch
It is not children that I am looking for
It is the eye of Ope (Orunmila) that I watch
I am looking, I am looking
It is the eye of Ope (Orunmila) I keep in view
Iwori who does not die
If there is scarcity of wood on earth and also in heaven
We do not use a house-broom as firewood
This is an abomination to the broom
It is out of respect for koko (a knotty protuberance on a tree)
That we avoid it (koko) by cutting to the right or the left
This is so we do not destroy the mouth of the axe
Cast divination for a heavy rain who said She would not spare any place

Iwori Oyeku

Eti-koro-bi awo abe ota
Dia fun Ladejobi omo atepe la igboro kiri
Ebo ni won ni ko waa se
Oyoo oje leyin nse niran teyin
Oladejobi, o ti se debi oko ni riro?
Owo Oje leyin nse nira teyin o

Translation

Eti koro bi, the awo under the rock
He cast Ifa for Ladejobi offspring of those who use walking stick
round the main road
He was advised to offer ebo
You family is known for Egungun propitiation
Oladejobi what are you doing cultivating the farm?
Your family is known for Egungun.

Iwori Odi

Iwori wo abọ
Ó rí ilé ìgbéyàwó obìnrin kan
O ni oun ko ni nkankan se pelu obinrin naa
O ni oun kan n se awada ni
A difa fun odale
Tani yoo ṣetọju asiri pẹlu iyawo ọrẹ rẹ
Iwori Odi

Translation
Iwori looked at the buttocks
He saw the matrimonial home of a woman
He said he had nothing to do with the woman
He said he was just joking
Cast divination for a betrayer
Who will maintain secrecy with his friend's wife

Iwori Irosun

Iworidawoosutele
Iworikosu (Iwori kọ osu naa)
A difa fun ẹnikan niwaju ila isinku ti ko le rẹrin
Paapaa fun ẹnikan lẹhin alaisan ti ko le ṣe awada
Níwọ̀n bó ti jẹ́ pé aláìsàn lè wà láàyè tàbí kí a mú lára dá
A ko gba ọ laaye lati gbagbe rẹ ninu igbo
A difa fun aboyun ti o ṣaisan
Ẹni tí wọ́n ní kí ó rúbọ
Ki o le di eniyan meji lọtọ

Translation
Iworidawoosutele (Iwori places the hand of the month down)

53

Iworikosu (Iwori rejects the month)
Cast divination for someone in front of a funeral line who cannot laugh
Also for someone behind a sick person who cannot make a joke
Since a sick person might live or be cured
We are not permitted to neglect him/her in the woods
Cast divination for a pregnant woman who was sick
Who was told to perform an offering
So that she would become two separate people

Iwori Owonrin

Orofin ni omo Oduduwa
Orofe tun je omo Oduduwa
Awon mejeeji maa n duro ti baba won lasiko ajodun olodoodun re ni Ife Ooyelagbo
Bí àjòdún ọdọọdún ṣe ń sún mọ́lé ni Odùduwà ń ké sí etí àwọn ọmọ rẹ̀ méjèèjì
Ko ni owo lati ṣe ayẹyẹ ọdun yii
Awọn ọmọ rẹ meji pinnu lati wọ inu igbo
Awọn eniyan wa wọn laisi aṣeyọri
Oduduwa so fun awon eniyan pe oun ko ni se ajodun ayafi ti oun ba ri awon omo oun
Gbogbo ilu di aniyan
Nigbati awọn aniyan wọnyi di pupọ awọn ọmọde meji pinnu lati sunmọ ilu naa
Wọ́n bẹ̀rẹ̀ sí gbọ́ tí gbogbo ìlú náà ń ṣàníyàn nípa wọn
Awọn ọmọde gbọ ti awọn eniyan sọ:
Ti awon ara ilu Ife ba le ri awon omo meji to sonu nitori itiju ti won ko ni owo
Awon ara ilu ko ni da Oduduwa laamu mo nipa ajodun olodoodun
Bi awon omo Oduduwa mejeeji se gbo nipa eyi ko too pe rara
Wọn pinnu lati fi ara wọn han si ọmọ kekere kan
Ọmọ kekere naa pe akiyesi ilu si ohun ti o ti ri
Won mu awon omo Oduduwa ile, ilu bere si jo, won si n dun, won si korin pe:
A ti ri Orofin, Orofe o o --- inu wa dun
Orofin, Orofe o o --- inu wa dun
E ku o o ---- inu wa dun
Orofin, Orofe o o --- inu wa dun

Translation

Orofin is the child of Oduduwa

Orofe is also Oduduwa's offspring

Both always stand by their father during his yearly festival in Ife Ooyelagbo

As the yearly festival approached, Oduduwa lamented into the ears of his two children

He did not have money to celebrate this year's festival

His two children decided to enter the bush

People looked for them without success

Oduduwa told people he would not perform the festival unless he saw his children

The whole town became worried

When these worries became overwhelming the two children decided to come closer to the town

They started to listen to the whole town worry about them

The children heard the people say:

If the people of Ife town could find the two children lost because of the shame of not having money

The people would not bother Oduduwa anymore about the yearly festival

As the two children of Oduduwa heard about this it was not long before

They decided to reveal themselves to a little child

The little child called the attention of the town to what She had seen

Oduduwa's children were brought home and the town started to dance, rejoice and sing:

We have seen Orofin, Orofe o o --- we are happy

Orofin, Orofe o o --- we are happy

Congratulation o o ---- we are happy

Orofin, Orofe o o --- we are happy

Iwori Obara

The day one's family is negative

Is the day we curse them out

Long after an incident

We curse an outsider

Cast divination for a distant robber

Who we heard would be coming

Whom we will praise when we hear his voice

It is a lion that we refer to as a distant robber

Iwori Okanran

Iworikanran
A difa fun àkùkọ
Paapaa fun Peregun (igi ayeraye ti a lo fun awọn ami-ilẹ)
Bakannaa fun Ologunsese (oruko igi ti a yà si Orisa ti ode)
Ni ọjọ ti wọn ko ni aaye
Wọn ń rìn káàkiri ìlú, yàtọ̀ sí gbogbo igi inú igbó
Wọn ní kí wọn rúbọ kí wọn lè jọsìn wọn

Translation
Iworikanran
Cast divination for a rooster
Also for Peregun (evergreen tree used for landmarks)
Also for Ologunsese (name of a tree dedicated to the Orisa of hunting)
On the day they do not have a place
They were roaming around the town, different from all the trees in the bush
They were asked to perform an offering in order to be worshiped

Iwori Ogunda

Alakoni ko di sofo patapata lori ile aye
Orí òtútù kì í jà
A difa f'ogun elegbe oole (Ogun praise name)
Tani yio ja ilu Odu
Eniyan onírẹlẹ ni iwa tutu
Alagbara eniyan jẹ agidi
Ayafi ti o jẹ eke tabi eniyan buburu
Ogun ko ni laya laelae pa Babalawo ti kii se eniyan buburu

Translation
Alakoni does not become completely scarce on earth
A cool headed person does not fight
Cast divination for Ogun elegbe oole (Ogun praise name)
Who is going to fight the town of Odu

56

A gentle person has a cool character
A strong person is a stubborn one
Unless he is a liar or a wicked person
Ogun will never dare kill a Babalawo who is not wicked

Iwori Osa

Ekegin, omo aja
Aja naa darapo mo Irunmole lati je omo won
Ṣugbọn o gba ati ki o fi ara rẹ pamọ
Aja naa kigbe pe oun o jẹ ọlọgbọn ati rẹrin
Aja lo epo pupa, epo obo ati eran Ewuturu (orisi eranko)
Lati se ipẹtẹ fun Irunmole lati jẹ
Wọn ro pe wọn njẹ ẹran akọ ọmọ aja
Nigbati nwọn pari mimu ati jije wọn lọ
Ni ọjọ keji aja gbe aṣọ ti o lẹwa si ọmọ rẹ
Wọn bẹrẹ sí ṣeré papọ
Irunmole ri eleyii o si ya won lenu

Translation
Ekegin, the child of a dog
The dog joined the Irunmole in eating their children
But embraced and hid his own
The dog exclaimed that he was so smart and laughed
The dog used palm oil, shea butter and the meat of Ewuturu (type of animal)
To cook stew for the Irunmole to eat
They thought they were eating the meat of the dog's male child
When they finished wining and dining they left
On the second day the dog placed a beautiful cloth on his child
They started playing together
The Irunmole saw this and were astonished

Iwori Ika

Gbogbo aye layo lojo ti a bi omo tuntun
O jẹ iwa ọmọ ti a ko le sọ asọtẹlẹ
Omo buruku lo fa iku baba re
Iworiayoka (Iwori to'n jo kakiri)
Gbogbo aye y'o yo lojo ti a ba bi omo tuntun

Iwa ọmọ nikan ni a ko le sọtẹlẹ

Translation
The whole world rejoices on the day we give birth to a new baby
It is the child's character that we cannot predict
A bad child causes the death of his father
Iworiayoka (Iwori that is dancing around)
The whole world will rejoice on the day we give birth to a new baby
It is the child's character alone that we cannot predict

Iwori Oturupon

Iworitutu
Òkúta omi àìkú, òkúta omi àìkú
Iworitutu ni
Nko ni ku mo
Òkúta omi àìkú

Translation
Iworitutu
Immortality water stone, immortality water stone
It is Iworitutu (cool Iwori)
I will not die anymore
Immortality water stone

Iwori Otura

Iwori wo Otua
Otua dahun: Kilode ti o fi n wo mi?
Iwori said: Se oju ojo?
Otua ko le sinmi tabi ṣii
Ti emi Iwori ba di awọn ilẹkẹ mọ ẹgbẹ mi
Emi yoo sinmi ati tu silẹ ṣaaju ki Mo jẹun
Ati tun yọ awọn sokoto mi kuro ki n to sun

Translation
Iwori looked at Otua
Otua responded: Why are you are looking at me?
Iwori said: Are you the weather?

Otua could not relax or open up (i.e., Otua was volatile like the weather)
If I, Iwori, tie beads around my waist
I will relax and loosen up before I eat
And also take off my pants before I sleep

Iwori Irete

Iwori fojusi ohun ti o nse
Ti o ba ti ni ipilẹsẹ o yẹ ki o bẹrẹ ọkan rẹ
Iwori fojusi ohun ti o nse
Awo ma fi okun ti ko lagbara gun igi ope
Iwori fojusi ohun ti o nse
Awo kin we lai mo bi won se we
Iwori fojusi ohun ti o nse
Awo ko nitori ibinu fa ohun ija
Iwori fojusi ohun ti o nse
Awo ma ba iyawo Awo miran sun
Iwori fojusi ohun ti o nse

Translation
Iwori focus on what you are doing
If you have been initiated you should initiate your mind
Iwori focus on what you are doing
Awo do not use a weak rope to climb the palm tree
Iwori focus on what you are doing
Awo do not swim without prior knowledge of swimming
Iwori focus on what you are doing
Awo do not because of anger draw a weapon
Iwori focus on what you are doing
Awo do not sleep with another Awo's wife
Iwori focus on what you are doing

Iwori Ose

Iworiwose (Iwori look at Ose)
Ose fe di Oloja
Bi Ose se kere, Iwori ti dagba
Nigbati ọmọ ba dagba
Ko le di olufẹ baba rẹ

59

Bí ọmọdé bá ga tó ìyá rẹ̀ lẹ́ẹ̀mejì kò lè fẹ́ ẹ
Iwori wo Ose
Oun lo difa fún ọkọ àti aya
Ni ojo ti iyawo tan oko re
O ti n ba ọrẹ ọkọ rẹ ni ibalopọ
Iyawo mi n tan mi je
Iwori wo Ose
Ọrẹ mi ti o dara julọ ti n da mi
Iwori wo Ose
Obinrin ti ko fun mi ni iyi
Mo ti mọ ọ bi iyalo ṣaaju ki Mo to fẹ ọ
Emi ko le pa ọ mọ
Iwori wo Ose

Translation
Iworiwose (Iwori look at Ose)
Ose wanted to become the Oloja
Whereas Ose is younger, Iwori is older
When a child ages
She cannot become her father's lover
If a child becomes twice as tall as his mother he cannot marry her
Iwori look at Ose
Is the one that cast divination for a husband and wife
On the day the wife deceived her husband
She is having an affair with her husband's friend
My wife is deceiving me
Iwori look at Ose
My best friend is betraying me
Iwori look at Ose
The woman that gives me no respect
I knew you as a mistress before I married you
I am not able to keep you
Iwori look at Ose

Iwori Ofun

Iwori t'owo fu
Iwori t'ese
Iwori ti gbogbo ara yoo fun
A difa f'oka
Ẹniti o nṣe ikore ọdọọdun

Wọn ní kí ó pèsè owo eyo ẹẹdẹgbẹta
Oka gbo nipa ẹbọ o si ṣe
O lo si oko nikan o si bi igba ọmọ
O lọ ihoho
Ó ń pa dà wá pẹlú igba aṣọ

Translation
Iwori t'owo fu (Iwori that the hand gives)
Iwori t'ese fu (Iwori that the leg gives)
Iwori that the whole body gives
Cast divination for Oka (Cobra)
Who was performing yearly harvest
She was asked to offer 480 cowries
Oka heard about the offering and performed it
She went to the farm alone and gave birth to 200 children
She went naked
She is returning with 200 pieces of clothing

ODI MEJI

Èdí méjèjì ní tó olúwa rè jókòó
Lo difa f'onibode Omo ajifala
Tani yio joko ni ibi kan
Pe gbogbo oore yoo wa ni ọna tirẹ
Wọn sọ fún un pé kó ṣe ọrẹ
Ki gbogbo oore lati osi ati otun yoo ma wa lona re
Ó béèrè fún àwọn nǹkan ìrúbọ náà
Won ni ki won fun un ni eyele, iṣu ati agbado
Onibode se ebo
Nigbakugba ti Onibode ba ji ni owuro
Oun yoo lọ si ọna agbelebu
Tani o nlo si oko?
Tani o nlo si odo?
Tani o nlo lori iṣowo ojoojumọ wọn?
Paapaa ẹnikẹni ti ko ba ni iṣowo eyikeyi nibẹ
Nigbati wọn ba n pada si ile
Won yoo mu nkan wa fun Onibode
Paapaa awọn ti ko ni iṣowo nibe yoo ni lati jẹwọ Onibode
Onibode bẹrẹ si jo, o si yọ
Ó ń yin Babaláwo rẹ
Babalowo re lo n yin Ifa
Ifa tun n yin Olodumare
O ni gege bi Babalawo won se so
Èdí méjèjì ní tó olúwa rè jókòó
Lo difa f'onibode Omo ajifala
Tani yoo joko ni ibi kan
Tani yoo joko ni ibi kan
Pe gbogbo oore yoo wa ni ọna tirẹ
Ó ní wíwo ìrúbọ ni ohun tí ń dáàbò bò ènìyàn
Ko ṣe ko ṣe aabo fun ọkan
Ko jina ju, ko gun ju
Wọn ṣe iranlọwọ fun ọkan lati ṣe ẹbọ iṣegun
Iṣegun ni ọna ti a ṣe pade awọn eniyan ni ẹsẹ Ope (igi ọpẹ)

Translation
Èdí méjèjì ní tó olúwa rẹ jókòó

Is the one that cast divination for Onibode Omo ajifala
Who will sit in one place
That all the goodness will be coming his way
He was told to perform an offering
So that all the goodness from left and right will be coming his way
He asked for the sacrificial items
He was asked to offer a pigeon, yam and corn
Onibode performed the offering
Whenever Onibode wakes up in the morning
He will go to the cross road
Whoever is going to the farm?
Whoever is going to the river?
Whoever is going on their daily business?
Even whoever that does not have any business out there
When they are returning home
They will bring things for Onibode
Even those that have no business out there will have to acknowledge Onibode
Onibode started to dance and rejoice
He was praising his Babalawo
His Babalowo was praising Ifa
Ifa was also praising Olodumare
He said it was exactly as their Babalawo said
Èdí méjèjì ní tó olúwa rẹ jókòó
Is the one that cast divination for Onibode Omo ajifala
Who will sit is in one place
That all the goodness will be coming his way
He said observing sacrifice is what protects one
Not doing it does not protect one
Not too far, not too long
They help one to perform a victorious offering
Victoriously is the way we meet people by the foot of Ope (palm tree)

Verse 2

Omode di olori ile baba o si yo
Owo ti a lo lati kọ ile ko ṣe pataki ju ihuwasi lọ
Ko ṣe pataki ju idurọṣinṣin lọ
Bí ọmọdé bá ní ìwà pẹ̀lẹ́

Oun yoo je ki ile baba duro
Bí ọmọ kò bá ní ìwà pẹ̀lẹ́
ÒunYóò sọ ilé baba di ahoro
Lo difa fun ẹni ti ko ni akiyesi ti ko gbọ
Pẹ̀lúpẹ̀lù, fún ènìyàn búburú tí ó ní ìbínú aláìdára
Wọ́n ní kí wọ́n rúbọ láti tójú ilé baba wọn
Ibi ti o ni aabo ni Idi ti sọ fun Idi
Ma ṣe akiyesi lori awọn iṣoro kekere ninu ile
Ki ile ki o wa ni isokan
Ma ṣe asise lori awọn ọran kekere ninu ile
Jẹ ki ile jẹ alaafia
Ma ṣe asise lori awọn iṣoro kekere ninu ile
Ki ile ki o wa ni isokan
Maṣe ṣe akiyesi awọn aṣiṣe ti ẹnikan ti o ṣe daradara fun ọ
Maṣe ṣe akiyesi awọn aṣiṣe ti ẹnikan ti o ṣe daradara fun ọ

Translation
A child became the head of the father's house and rejoiced
The money we use to build a house is less important than character
It is less crucial than integrity
If a child has gentle character
He will make the father's house sustainable
If a child does not possess gentle character
He will desolate the father's house
Cast divination for an inattentive person who does not listen
Also for a wicked person with an uncontrollable temper
They were asked to perform an offering to take care of their father's house
It is in a safe place that Idi confides in Idi
Do not nitpick over little problems in the house
Let the house be united
Do not nitpick over little issues in the house
Let the house be peaceful
Do not nitpick over little problems in the house
Let the house be united
Do not nitpick over the mistakes of someone who does well for you
Do not nitpick over the mistakes of someone who does well for you

Verse 3

Akunleyan
Ṣe ipinnu iriri ti Aye wa
Lori wiwa si aye
Ti a ba yan itọsọna ti ko tọ nitori ainisuuru wa
A koju awọn iṣoro ati awọn italaya
Lori wiwa si aye ti ara.

Translation
Our Spiritual Personality
Determine the experience of our World
On coming to the world
If we choose the wrong direction because of our impatience
We face problems and challenges
On coming to the physical world.

Odi Ogbe

Ni ile Agbe (eye) dun
Àlùfáà Ontoku
A difa fun Ontoku
Tani o nlo lori irin ajo
Irin-ajo yii ti o n ṣe
Iwọ yoo padanu ile pupọ
Ṣugbọn iwọ yoo ṣii ọja kan nigbati o ba pada
O ti a beere lati pese meji aṣọ funfun ati owo eyo okòó dín ní
ẹgbẹrin
Ontoku ko yẹ ki o lo awọn nkan dudu titi yoo fi pada
Ibi dudu ni ibi ti awọn okú wa
Ibi funfun ni aye
A difa fun Ontoku
Tani o nlo lori irin ajo
Gbogbo agbaye ni ko ni pada
Nítorí náà, ẹni tí ó bá gbèrò ibi tàbí rán Ògún pẹlú irin yóò sọ pé:
Kò mọ ibi tí Òńtọkú lọ
Ontoku pada pẹlu ọpọlọpọ awọn ohun lẹwa
O ṣẹda Ọja kan
Ontoku bere si ni ta fun gbogbo ilu Egba
Gbogbo agbaye ṣe akiyesi:
Itokun ni mo ti raja
Ti n mẹnuba orukọ ọmọ Ọba

Emi yoo raja ni Itokun

Translation
At home Agbe (bird) sounds
The priest of Ontoku
Cast divination for Ontoku
Who is going on a journey
This journey you are undertaking
You will miss home profusely
But you will open a market when you return
He was asked to offer two white clothes and 780 cowries
Ontoku should not use black items until He returns
The black place is where the dead belong
It is the white place that is life
Cast divination for Ontoku
Who is going on a journey
The whole world said he would not return
Therefore, whoever plans evil or sends Ogun with metal will say:
He does not know where Ontoku went
Ontoku returned with many beautiful things
She created a Market
Ontoku started to sell to the whole Egba town
The whole world observed:
I shopped in Itokun
Mentioning the name of the King's child
I will shop in Itokun

Odi Oyeku

Odiyeku
Odi ti yan oore Awodi
Awodi gbe iku mi lo
A difa fun Oko ati Aya
Tun fun dię ninu awọn eniyan ni ijinna
Wọn ní kí wọn pé jọ láti fi rúbọ
Nítorí náà, àwọn méjèèjì kì í kú lẹ́ẹ̀kan náà
Ọkọ àti ìyàwó gbọ́ nípa ẹbọ náà, wọn sì ṣe é
Awọn ti o wa ni ijinna tun ṣe
Awodi
Awodi ti gba iku wa
66

Translation

Odiyeku (Odi averts death)
Odi has chosen the goodness of Awodi (birds)
Awodi carried my death away
Cast divination for Oko (husband) and Aya (wife)
Also for some people in the distance
They were asked to come together to perform an offering
So the two of them do not die at the same time
The husband and wife heard about the offering and performed it
The ones in the distance did as well
Awodi (birds)
Awodi has taken our death away

Odi Iwori

Idiwori
Ohunkohun ti a gbe sinu itoju wa, a şe itoju ojoojumo
Ti o ba sùn ati pe okọ iyawo rẹ ti sùn pupọ o yẹ ki o şayẹwo ẹni naa
Ti o ba şegbe nigba ti orun
Iwọ ni ẹni ti yoo wa ninu wahala
A difa fun Idi and Iwori
Ní ojọ́ tí wọ́n ń şe işẹ́ àlùfáà sí ìlú Àkúrẹ́
Ewúrẹ tí wọ́n rán pèlú wọn yóò kúrò ní Iwori, wọn yóò sì wọ inú igbó lọ
Ẹnikẹ́ni tí ó bá ń şe işẹ́ àlùfáà sí igbó Àkúrẹ́ kò gbọdọ̀ yà kúrò lójú ọnà
Ti o ba jẹ ẹka si osi, Amobi yoo yi oju rẹ pada si òkunkun
Ti o ba jẹ ẹka si ọtun, Amobi yoo yi oju rẹ pada si òkunkun
Ti o ba fe ito o dara ki o yọ si ẹba ọna fun awọn ti npa ọna lati gba.
Ti o ba fẹ lati şabọ o dara sabo ni ẹgbẹ ti opopona fun awọn olutọpa opopona lati sọ di mimọ
Ẹniti o ba yipada si igbo ọtun, oju eniyan yoo di okunkun
Enikeni ti o ba yipada si igbo osi, oju eniyan yoo di baibai
Ẹnikẹ́ni tí ó bá ń şe işẹ́ àlùfáà sí igbó Àkúrẹ́ kò gbọdọ̀ yà kúrò lójú ọnà
Ti o ba ẹka si ọtun tabi osi
Awọn ti o rin ni ọna titọ nikan ni o le şe işe alufa si Akure

67

Translation

Idiwori
Whatever is placed in our care, we take care of daily
If you are asleep and your mate has overslept you should check on the person
If He perishes while sleeping
It is you who will be in trouble
Cast divination for Idi and Iwori
On the day they were venturing priesthood to the town of Akure
The goat they sent with them would leave Iwori and enter the bush
Whoever is venturing priesthood to the bush of Akure must not stray from the path
If he branches to the left, Amobi will turn his sight to darkness
If he branches to the right, Amobi will turn his sight to gloom
If he wants to urinate it is better to urinate on the side of the road for the road sweeper to sweep
If you want to poop you better poop on the side of the road for the road cleaners to clean
Whoever turns to the right bush, the person's sight will turn darkened
Whoever turns to the left bush, the person's sight will become dim
Whoever is venturing priesthood to the bush of Akure must not stray from the path
If He branches to the right or left
Only those who walk a straight path may venture priesthood to Akure

Odi Irosun

Idi ko sun (Idi ko sun)
Idi ko wo (Idi ko bale)
Orişirişi arun mẹfa ni Idi n jiya
Wọn ní kó fún un ní owo eyo ojì dín ní ẹ̀ẹ́dẹ́gbẹ́rin kóo lè sùn
Irosun yẹ ki o tun funni owo eyo ojì dín ní ẹ̀ẹ́dẹ́gbẹ́rin lati wa ifọkanbalẹ
Àwọn méjèèjì kọ̀ láti rú ẹbọ náà
Lati igba naa a ti n sọ pe:
Idi kosu (Idi ko sun)
Idi ko wo (Idi ko bale)

Translation
Idi ko sun (Idi did not sleep)
Idi ko wo (Idi did not calm down)
Idi is suffering from six different diseases
He was asked to offer 660 cowries in order to sleep
Irosun should also offer 660 cowries to find calmness
The two of them refused to perform the offering
Ever since then we have been saying:
Idi kosu (Idi did not sleep)
Idi ko wo (Idi did not calm down)

Odi Owonrin

Idi aamirin!
Ìfẹ́ fún ẹrú kì í ṣe nítorí ẹrú
Ọba òtòṣì kò lè ṣe aṣiwaju
Ẹrú tí ó jẹ gbèsè kò lè gbọ́
Lati beere pe oun ko ni sin oluwa mọ
A difa fun: Mo ṣubu ati Olutẹle mi ko Wo Pada
Lala to lo soke ile lo nbo
Won ni ki o ru ewe Ibo (ewe orule).
Ki olorun ko le bo awọn orin

Translation
Idi aamirin!
Love for a servent is not for the servent's sake
An impoverished Ruler is unable to lead
An indebted servant cannot grow old
To claim He will not serve a master anymore
Cast divination for: I Fell and My Follower did not Look Back
What goes around comes around
They said He should offer the leaf of Ibo (roofing leaf)
So that Olorun can hide their tracks

Odi Obara

Idibaradi, Idibaradi
A difa fun alarinrin onijo ti o lọ si ogun ni ilu awon obirin

Wọn ní kí ó rúbọ kí wọn má bàa mú un níbẹ̀
Onijo stilt kọ lati pese owo eyo ojì dín ní ẹ̀ẹ́dẹ́gbẹ́rin
O ti mu ati pe ko le pada si ile
Lati igba naa, awọn obinrin n lu rẹ ni ayika

Translation
Idibaradi, Idibaradi
Cast divination for a stilt dancer who was going to war in the town of women
He was asked to perform an offering so that He would not be arrested there
The stilt dancer refused to offer 660 cowries
He was arrested and could not return home
Ever since then, women are beating him/her around

Odi Okanran

Idi ja lati ni ori ewure
Okanran, ẹgbọn iya rẹ ni idaduro ẹdọ
Ki Tiirikitiiriki gba ese
Ohun ti o niyelori nipa ori ewurẹ kan
Ti o dissuades wa lati mọrírì ẹdọ?
A difa f'orunmila lojo ti Ori re gba ewure
Nitorina, Orunmila ru ewure
O mu apa oke ori o fi le Ifa
Orunmila fi isale ẹdọ le Orisa

Translation
Idi fought to have the head of a goat
Okanran, his maternal sibling retained the liver
Let Tiirikitiiriki take the legs
What is so valuable about a goat's head
That dissuades us from appreciating the liver?
Cast divination for Orunmila on the day his Ori accepted a goat
Therefore, Orunmila offered the goat
He took the top part of the head and put it on Ifa
Orunmila put the bottom of the liver on top of Orisa

Odi Ogunda

Okun jẹ funfun
Ati ki lẹwa
Sibẹsibẹ ilẹ isalẹ okun jẹ pẹtẹpẹtẹ mimọ
A difa f'Olokun
Tani o n tan ara rẹ jẹ
Ta ni aisan laarin
Ṣugbọn dibọn ohun gbogbo dara

Translation
The ocean is pure white
And so beautiful
However the ocean's bottom floor is pure mud
Cast Divination for Olokun
Who is deceiving herself
Who is sick within
But pretending all is well

Odi Osa

Idisaawo baa je
Òrúnmìlà ní: olówó omo ló bímo
Mo ni: eni to ni omo bimo
Ògún ní: mo ti bímọ
Orunmila beere pe: kini o bi?
Ògún ní: Níwájú mi ni wọ́n fi irin sínú iná náà, wọ́n sì lù ú ní
kíkankíkan, ó sì ń pariwo: Ògún farahàn!
Òrúnmìlà ní: olówó omo ló bímo
Mo ni: eni to ni omo bimo
Òrúnmìlà ní: kíni olówó bí?
Obalufon said: mo bimo
Orunmila beere pe: kini o bi?
O ni: Ni iwaju mi, won fi idẹ sinu abọ kan lati jọsin
Òrúnmìlà ní: olówó omo ló bímo
Mo ni: eni to ni omo bimo
Orunmila ni: Emi nikansoso lo bimo
O ni: Gbogbo awon nkan to tutu ti won si maa n toju mi
Òrúnmìlà ní ojú mẹ́rin ni òun
Meji lori ile aye ti o lo lati toju eniyan ni aye yi
Meji l'orun

71

Translation

Idisaawo baa je
Orunmila said: the owner of a child gave birth to a child
I said: the owner of a child gave birth to a child
Ogun said: I have given birth
Orunmila asked: what did you give birth to?
Ogun said: In front of me they put metal in the fire and beat it
loudly so it shrieked: Ogun appeared!
Orunmila said: the owner of a child gave birth to a child
I said: the owner of a child gave birth to a child
Orunmila asked: what did the owner give birth to?
Obalufon said: I gave birth
Orunmila asked: what did you give birth to?
He said: In front of me, they put brass in a bowl to worship
Orunmila said: the owner of a child gave birth to a child
I said: the owner of a child gave birth to a child
Orunmila said: I am the only one that gave birth
He said: All the cool and verdant items they use to take care of me
Orunmila said that he has four eyes
Two on earth he uses to take care of people in this world
Two in heaven
To succor people in heaven

Odi Ika

Orunmila ni: la ona
Mo ni: opopona n gbe
O beere pe: Tani yoo șii ọna yii?
Mo ni: Ogun
Orunmila said: Ogun ko lagbara lati la ona yi
Mo ni: Obalufon
O ni: Obalufon ko lagbara lati la ona yi
Orunmila ni: la ona
Mo ni: opopona n gbe
O si wipe: Tani yio si oju-na yi?
Mo ni: Sango
O ni: Sango ko lagbara lati șii opopona yii
Orunmila ni: la ona
Mo ni: opopona n gbe
O si wipe: Tani yio si oju-na yi?
72

Mo ni: Osun
O ni: Osun ko lagbara lati la ona yi
Orunmila ni: la ona
Mo ni: opopona n gbe
O si wipe: Tani yio si oju-na?
Mo ni: Orisa
Òrúnmìlà ní: Òrìsà ò lè sé ònà yìí
Mo sọ pe: Emi ko mọ ẹniti o lagbara lati ṣii ọna yii
Mo ti pinnu lati fi ihoho mi han
Bo mi
Orunmila si wipe: Se e ko mo pe Esu ni?
Esu nikan ni o lagbara lati ṣii opopona yii

Translation
Orunmila ni: la ona
Mo ni: opopona n gbe
O ni: Tani yio si oju ona yi
Orunmila said: open the road
I said: the road lives
He asked: Who would open this road?
I said: Ogun
Orunmila said: Ogun is not capable of opening this road
I said: Obalufon
He said: Obalufon is not capable of opening this road
Orunmila said: open the road
I said: the road lives
He said: Who would open this road?
I said: Sango
He said: Sango is not capable of opening this road
Orunmila said: open the road
I said: the road lives
He said: Who would open this road?
I said: Osun
He said: Osun is not capable of opening this road
Orunmila said: open the road
I said: the road lives
He said: Who would open the road?
I said: Orisa
Orunmila said: Orisa is not capable of opening this road
I said: I do not know who is capable of opening this road

73

I have decided to show my nakedness
Cover me
Then Orunmila said: Don't you know it is Esu?
Esu is the only one who is capable of opening this road

Odi Oturupon

Bebeebe ekure fidi yerepe
A difa f'Orunmila
Riibe to di Olokun's priest
O paṣe ohun gbogbo ni igba
Ti kojọpọ aba ti owo
A ko le pari omi inu okun
Oorun ki i lu igi Iroko loju kan
Ti o ba lu o duro, apa keji yoo ni ilera
Ti o ba lu ẹgbẹ kan ẹgbẹ iṣaaju yoo lagbara
Oju opo alantakun ko wuwo
Fẹẹrẹfẹ!
Ajinde yoo ṣee ṣe
Fẹẹrẹfẹ

Translation
Bebeebe ekure fidi yerepe
Cast divination for Orunmila
Venturing to become Olokun's priest
He prescribed everything in 200s
Un-packable we packed money
We cannot finish the water in the ocean
The sun does not beat Iroko tree on one spot
If it beats it standing, the other side will be healthy
If it beats one side the previous side will be strong
The web of a spider is not heavy
Lightly!
Resurrection will be possible
Lightly

Odi Otura

Iditua, alufaa Alara
A difa fun Alara
Ni ojọ ti o jẹ ipalara si awọn eniyan agbaye

74

Alara ko ni nkankan lati jẹ, mimu ko si ibora
Wọn ní kí ó ṣe ọrẹ igba eku burawun
Alara gbo nipa ebo na o si se e
Ori re di dara
Ile re kun ati Ori re ti ko
A de l'ade bi Alara
Lẹhin ti o di ọba
O ranse si Iditua
Lati beere bi o ṣe le jẹ ki ijọba rẹ jẹ alaafia
Wọn difa
Iditua farahan
A beere Alara lati pese ohun gbogbo ni igba
Alara gbọ nipa ẹbọ ati akoko rẹ di alaafia
Aye ṣe akiyesi:
Ṣe o ko ri
Idi of Alara difa fun Alara
Omo Elejidogbon agogo

Translation
Iditua, the priest of Alara
Cast divination for Alara
On the day he was vulnerable to the people of the world
Alara had nothing to eat, drink and no blanket
He was asked to perform an offering of 200 brown rats
Alara heard about the offering and performed it
His Ori became better
His house was filled and his Ori was cleared
We crowned him as Alara
After he became king
He sent for Iditua
To ask how to make his reign peaceful
They cast divination
Iditua appeared
Alara was asked to offer everything in 200s
Alara heard about the offering and his time became peaceful
The world observed:
Don't you see
Idi of Alara cast divination for Alara
The child of Elejidogbon agogo (praise name of Alara)?

Odi Irete

Idi wa pilẹṣẹ wọn
Nitorina wọn le wa ni alaafia
Eni to n ta omode nile
Ti o ba lọra pupọ maṣe sun lati fa adanu
Ni igba diẹ, Titari mi lori itẹ
Wọn ní kí n má ṣe tẹ síwájú
Wọn gbé mi gun ẹṣin
Mo sá lọ jìnnà
Wọn mú mi lọ sí ilé kejì, wọn sì gbé mi gorí ìtẹ gẹgẹ bí ọba
A difa fun alejò
Tani yoo wọ ilu ajeji lati di ọba wọn
Idi wa o si pilẹ wọn ki nwọn ki o le ri alafia
Ni ọjọ ti emi ba ni wahala
 Mo yẹ ki o pese ọpọlọpọ owo
Láàárín àkókò díẹ
Mo di alálàáfìà, wọn sì fi mí jẹ ọba wọn

Translation

Idi come and initiate them
So they may be at peace
The person who pushes children at home
If you are too slow do not sleep to incur a loss
In short time, push me onto the throne
They told me not to step on the ground
They put me on a horse
I ran far away
They took me to a second house and enthroned me as king
Cast divination for a stranger
Who will enter a town strangely to become their king
Idi come and initiate them so they may find peace
On the day I am troubled I should offer loads of money
In short time, I became very peaceful and they made me their king

Odi Ose

Idisegun! ije warawara
Iku warawara
A difa fun ìdin
Tani o wa si aye lati gbe ni kukuru
Ní ọjọ tí ìdin dé ayé ni ó ń jó

Ní ọjọ́ tí ìdin dé ayé, ó ń yọ̀
Ní ọjọ́ kẹfà, àrùn tí ń ṣekúpani yóò ṣàníyàn ìdin

Translation
Idisegun! ije warawara (quick eating)
Iku warawara (quick death)
Cast divination for a maggot
Who is coming to the world to live briefly
On the day the maggot got to the world He was dancing
On the day the maggot got to the world He was rejoicing
By the sixth day deadly sickness will worry the maggot

Odi Ofun

Okiti ope afidi yerepe
A difa fun eru ati ọmọ
Wọn ti beere lati pese owo eye okòó dín ní ẹ̀ẹ́dẹ́gbẹ́ta
Ọmọ nikan ni o ṣe ẹbọ naa
Bi akoko ti n lọ ti a so adie kan ni ayika awọn ẹrú ọrun
O si paṣẹ fun u lati fo sinu igbo
Ẹrú náà sọkún bí ó bá ti mọ̀
Òun/Ìbá ti ṣe ebo idifu fufufufu

Translation
Okiti ope afidi yerepe
Cast divination for a servant and child
They were asked to offer 480 cowries
Only the child performed the offering
As time went on we tied a chicken around the servants neck
And commanded him to jump into the bush
The servant lamented if He had known
He would have performed the offering of idifu fufufufu

Irosun Meji

Ẹjẹ fọwọ kan ilẹ ati pe o yipada buburu si rere
A difa fun aboyun
Tani yoo koko ri omi
Ẹjẹ keji
Ọmọ kẹta
Wọ́n ní kí aboyún náà rúbọ
Ki ohun kẹta ti o wa lati ọdọ rẹ yoo jẹ ohun ti o dara
Ọmọ tuntun tí a ń pè ní rere ni
Aboyun lo fi ìgbín rúbọ
wó o, o si dà omi si ilẹ
O ru adie kan o si da eje na sile
O fun ni owo eyo ẹẹdẹgbẹrún, ounje ati ohun mimu
Nitorina alaboyun n funni, aboyun naa dun
Omi yẹ ki o jẹ akọkọ lati pa ọna fun ọmọde
O ti wa ni nikan awon ti ko nse
Tani ko ni bimo dada

Translation
Blood touches the ground and turns bad into good
Cast divination for a pregnant woman
Who will see water first
Blood second
A child third
The pregnant woman was asked to perform an offering
So that the third item to come from her would be a good one
It is a newly born baby that we call good
The pregnant woman offered a snail
Broke it, and poured the water on the ground
She offered a hen and poured the eje on the ground
She offered 880 cowries, food and drinks
Therefore the pregnant woman offers, the pregnant woman appeases
Water should be first to pave the way for a baby
It is only those who do not offer
Who will not give birth well

Verse 2

Baba míníga
Baba mìnìga
àkǫ balę ró mìnì gaga mìnì gaga
A difa f'orunmila
Baba ma gba Irosun meji fun iwe oduun
Ìgbín ti dé, mo ní àlàáfìà Akoko)
Iwǫ o fi alafia si ile mi
Iwǫ o fi alafia si irin-ajo mi

Translation
Baba míníga
Baba mìnìga
àkǫ balę ró mìnì gaga mìnì gaga
Cast divination for Orunmila
Baba will receive Irosun Meji as a yearly reading
Snail has come, I have the peace of Akoko (kind of leaf)
You will put peace in my house
You will put peace in my journey

Verse 3

Aja dudu mooko alaro
Agbo dudu mooko Idoko
Aaserin gbàràgàdà gbaragada
Ni won fi se ilekun ile Olokun Seniade
Kaye Olokun ma baa lu
Dífá fun won lagbaa igbo oun kiribiti
N'ijo t'ajogun ka won mole pitipiti
Êyin ara Agba-Igbo oun kiribiti
Okete nifa baa
E she pe'fa gb'eran?

Translation
The black dog knows the name of a dyer
The black ram knows the name of Idoko (a city)
A wide cast metal is always used to lock the door of Olokun Seniade
In order to prevent her life from overflowing with strife
These were the declarations of Ifa to the people of Agba-Igbo
When they were besieged by the negative forces

Lo! The elders at Agba-Igbo and towns
Ifa only requested a giant rat
How is it that you said Ifa requested a ram?

Irosun Ogbe

Ekiti pete
Se alufa ti opopona
A difa f'Ogun
Tani yoo jagun ni igbo Akara
O ti a beere lati pese owo eyo egbeje
Ògún kó rúbo
Ekiti pete
Se alufa ti opopona
Ti o difa fun Orisa
Wón ní kí ó rú iṣu iṣu, ọtí ọpẹ àti Àjà
Ó gbọ́ nípa ẹbọ náà
Ó gbé e sí ojú ọnà alápá mẹ́ta
Ogun n pada wa lati ogun pelu ikogun
Bí ó ti súnmọ́ ọnà alápá mẹ́ta ó pàdé ọrẹ níbẹ̀
O bẹrẹ lati jẹun ati ọti-waini
Èsù fú afẹ́fẹ́ lé e lórí
O si wipe: ibi re niyi
Ògún sùn pẹ̀lú gbogbo ìkógun rẹ̀
Ni igba diẹ, Orisa de
Ó kó Ogun àti ìkógun rẹ̀
Ki ojumo to, Ogun ji
O si wipe: Ha!
Wow, Orisa ko gbodo je alagbara yi
Ogun pinnu lati lọ kuro ni ilu lati wa aaye miiran
Gbogbo ikogun re di ikogun Orisa

Translation
Ekiti pete
Is the priest of the roadside
Cast divination for Ogun
Who was going to wage war in the bush of Akara
He was asked to offer 1400 cowries
Ogun refused to perform the offering
Ekiti pete
Is the priest of the roadside
80

That cast divination for Orisa
He was asked to offer roasted yam, palm wine and Aja
He heard about the offering
He placed it on the three-part road
Ogun was returning from war with spoils
As he approached the three-part road he met the offering there
He started to dine and wine
Esu blew a breeze upon him
And said: here is your place
Ogun fell asleep with all of his spoils
In short time, Orisa arrived
He took Ogun and his spoils
Before daybreak, Ogun woke up
And said: Ha!
Wow, Orisa should not be this powerful
Ogun decided to leave town to look for another location
All his spoils became Orisa's spoils

Irosun Oyeku

Irosun Oyeku
A difa fun babalawo
Tani o pinnu lati ge irun ni ẹgbẹ kan ti ori rẹ
Ki iku le gbojufo re loju ona
A ti yọ iku kuro
Mo ti ge irun ni ẹgbẹ kan ti ori mi
O si lo lati fi se ebo Irosun Oyeku
A ti yọ iku kuro

Translation
Irosun Oyeku
Cast divination for an herbalist
Who decided to cut the hair on one side of his head
So that death would overlook him/her on the path
Death has been removed
I have cut the hair on one side of my head
And used it to do the offering of Irosun Oyeku
Death has been removed

81

Irosun Iwori

Bi iwin bi idin (bi isinwin, bi maggots)
A difa fun Sango
Eni ti won ni ki o fun sokoto re ati sikafu re
O kọ
Orisa ni Sango
Nigbati Sango n pada lati oko
Ó bẹrẹ sí í ṣe wèrè
Nigbati o de ile Orunmila
Orunmila ni ki won gbe Sango
Ki o si gbe e lori oke kan amọ
Ki a si fi akuko adie meta se etutu fun Ifa loruko Sango
Laipẹ lẹhinna, oju Sango balẹ
Lẹhinna wọn gbe e pada si ile
Awon eniyan woye wipe Sango gun oke amọ
Ilu Sango bẹrẹ si sọ ohun naa:
Bi iwin bi idin (bi isinwin, bi idin)

Translation
Bi iwin bi idin (like madness, like maggots)
Cast divination for Sango
Who was asked to offer his pants and his scarf
He refused
Orisa possessed Sango
When Sango was returning from the farm
He started acting crazily
When he arrived at Orunmila's house
Orunmila said they should carry Sango
And place him on top of a mortar
And use three roosters as atonement to Ifa on Sango's behalf
Soon after, Sango's face calmed down
He was then carried back home
People observed that Sango climbed on top of the mortar
The drum of Sango started to make the sound:
Bi iwin bi idin (like madness, like maggots)

Irosun Odi

Irosundin
A difa f'esin
82

Nitori aanu
Wón ní kí ó rúbọ
Nitorinaa aanu rẹ si awọn miiran
Kii yoo di iṣoro fun u
Ṣùgbọ́n ẹsin náà kọ̀ láti rúbọ
Ni igba diẹ, ẹsin yoo ju ọmọ tirẹ silẹ
Lati gbe omo elomiran ni ayika

Translation
Irosundin
Cast divination for Esin (horse)
Because of sympathy
She was asked to perform an offering
So that her sympathy towards others
Would not become a problem for her
But the horse refused to perfrom the offering
In short time, the horse will drop her own child
To carry someone else's child around

Irosun Owonrin

Orunmila so wipe: Ki olojo se ayeye
Mo sọ pé: Kí ẹni tó ń ṣe ayẹyẹ náà ṣe ayẹyẹ
Ògún ní: Ó mọ ọjọ́ ayẹyẹ
Orunmila ni: Ti o ba mo ojo ajoyo
O yẹ ki o jade ki o lọ
Ògún jáde láti lọ kọrin:
Mo n lọ, Mo n lọ diẹ diẹ, diẹ sii diẹ sii
Bi o ti n ṣiṣẹ o ya si meji
Nigbana ni Obalufon wipe: Emi mo ojo ajoyo
Orunmila ni: Ti o ba mo ojo ajoyo
O yẹ ki o jade ki o lọ
Obalufon jade lati lo korin bi Ogun
Ko de ori oke ki o to ya si meji
Orisa, ti o lo igbin meji ati owo eyo okòó dín ní ẹẹ́dẹ́gbẹ́ta tẹlẹ
Ṣe nikan ni ọkan ti o de oke lai ṣe
Nitori eyi Obatala di olori gbogbo Inrunmole
Obatala ko ku

Translation

Orunmila said: The celebrant should celebrate
I said: The celebrant should celebrate
Ogun said: He knows the day of the celebration
Orunmila said: If you know the day of the celebration
You should come out and go
Ogun came out to go singing:
I am going, I am going little by little, little by little
As he ventured he broke into two
Then Obalufon said: I know the day of the celebration
Orunmila said: If you know the day of the celebration
You should come out and go
Obalufon came out to go singing like Ogun
He did not get to the top before he broke into two
Orisa, that used two snails and 480 cowries previously
Is the only one who reached the the top without breaking
Because of this Obatala became the head of all the Inrunmole
Obatala does not die

Irosun Obara

Iwo Obara
Emi Obara
Àkójọpọ̀ náà di ìpéjọpọ̀ ọba
A difa f'Ogun
Tani yoo jagun
Wọ́n ní kó fún un ní ẹsẹ̀ kan ẹran ẹran àti ọ̀pá ìdiwọ̀n rẹ̀
Kí lílọ àti ìpadàbọ̀ rẹ̀ lè jẹ́ ìdùnnú

Translation
Iwo Obara (You Obara)
Emi Obara (I Obara)
The gathering became the king's gathering
Cast divination for Ogun
Who is going to war in a granary
He was asked to offer one leg of animal meat and his spade
So that his going and returning would be joyous

Irosun Okanran

kekere dabi iru ẹiyẹ ti o ti dagba ni igbo
Ọ̀dọ́kùnrin tó ti ń bàlágà dà bí ẹyẹ omi tó ń ṣàìsàn
A difa fun Musulumi okunrin agba

84

Ti o dapiran ara rẹ pẹlu kan ti o tobi toga
Wọn ní kí ó rúbọ
Ki aisan ti o farasin ninu ara re ma ba pa a

Translation
Little vulture resembles just any aged bird in the forest
An adolescent male vulture resembles a sick water bird
Cast divination for a Muslim male elder
Who drapes himself with a large toga
They asked him to perform an offering
So that a hidden disease in his body does not kill him

Irosun Ogunda

Irosungunda
A difa fun aboyun
Eni ti isale re ni eje
Tani o sọ pe o ti padanu nkankan fun osu mẹwa
Wọn ní kó fún un ní àkùkọ kan
Lati le rii ninu ara rẹ

Translation
Irosungunda
Cast divination for a pregnant woman
The one whose bottom has eje
Who says she has lost something for ten months
She was asked to offer a rooster
In order to find it in her own body

Irosun Osa

Orunmila ni: Ajambete
Mo ni: Ajambete
O ni: Mesewa ni apa eku n pariwo
O ni: Mesewa ni ohun ti iyẹ eye n pariwo
A difa fun gbogbo awọn igi ti igbo
Wọn rin irin ajo lọ si ọrun
Ni ojo ti Orunmila pinnu lati tele won
Won de Olodumare, won si gbe eru ti won wa ni ori won kalẹ
Won ro Orunmila nitori ko ru eru
Olodumare dahun: Haa! Bawo ni o ṣe ṣe tirẹ?

Orunmila bere si jo o korin:
Awọn igi ta awọn ewe wọn silẹ
Okun ta awọn ewe rẹ silẹ
Ope nikan ni o ku

Translation
Orunmila said: Ajambete
I said: Ajambete
He said: Mesewa is what the arms of the rat scream
He said: Mesewa is what the wings of the bird scream
Cast divination for all trees of the bush
They journeyed to heaven
On the day Orunmila decided to follow them
They reached Olodumare and put down the loads from their heads
They reported Orunmila because he did not carry a load
Olodumare responded: Haa! How did you do yours?
Orunmila started to dance and sing:
The trees shed their leaves
The ocean shed its leaves
Only Ope remains

Irosun Ika

Ti ona ko ba jina
Ila ko di pupọju
Ila dagba lẹgbẹẹ ile naa
Ko le di bi eyi ti o wa ninu igbo
A difa fun ọkunrin kan
Tani yoo fẹ iyawo meji
Tani yoo jẹ ẹlẹrin nipa ọrọ naa
Ona mi ko gun
Ila mi ko jina
Ila mi ko ni di pupo
Oore ti mo ri yoo wa ni ọwọ mi
Ó yẹ kí ó ṣe gẹgẹ bí ọrẹ ẹbọ
Nitori nigbati igi oke ba ya
Yoo ṣubu lulẹ
Ti awọn irugbin ọpẹ ba dagba, wọn yoo pọn
Ti o ba ṣubu, yoo ṣubu lulẹ
Ni aaye kan, ọkunrin ti o n ta aṣọ joko
Gbogbo awọn onibara yoo wa lati pade rẹ
Oore yòówù tí mo bá rí, yóò wà lọwọ mi
86

Translation

If the way is not far
Okra does not become overripe
Okra grown next to the house
Cannot become as overripe as the one in the bush
Cast divination for a man
Who is going to marry two wives
Who will be jovial about the matter
My way is not long
My okra is not far
My okra will not become overripe
The goodness I find will last in my hand
He should perform as offering
Because when the treetop breaks
It will tumble down
If the palm seeds grow, they will ripen
If it falls, it will plummet down
In one spot, a male fabric seller sits
All customers will come to meet him
Whatever goodness I find will last in my hand

Irosun Otua

Irosuntua
Erin segbe
Awọn oka di ohun ọṣọ
Efon ku
A fi awọ ṣe awọ ara
Àkópọ̀ iwà tó wuwo ló máa ń fún ara rẹ̀ lókun dáadáa
Ẹniti o ba gbin iwa-buburu
Yoo dagba lori ori rẹ
A difa f'Agbonniregun
Eni ti yoo pilese Ogun sinu Ifa
Ogun yege idanwo ni nkorin
O jẹ ọlọgbọn ni imọ ti epe
Ogun jagun si Ejigbo
Tun lori Ile-Ifon
Owo ni ile Edu
Wọ́n kìlọ̀ fún Ògún pé kí wọ́n má ṣe jagun sí Owo
Lailai

Translation

Irosuntua
Elephant perished
The husks became ornaments
Buffalo died
We used the skin for leather
A heavy personality fortifies himself well
Whoever plants wickedness
It will grow on his head
Cast divination of Agbonniregun
Who is going to initiate Ogun into Ifa
Ogun passed tests in chanting
He was versed in the knowledge of invocation
Ogun waged war on Ejigbo
Also on Ile-Ifon
Owo is the home of Edu
They warned Ogun to never wage war on Owo
Ever

Irosun Oturupon

Irosu tutu
A difa fun Omi
Irosu tutu renren
A difa fun Ojo
Tani yio gbe yinyin jade
O ti beere lati funni lati ni ọpọlọpọ eniyan
Wọn sọ pe igbesi aye Ojo kii yoo gbona, lailai
Òjò kìí rọ̀ ní ẹyọkan
A bi mi ni opo
Emi kii yoo dawa

Translation

Irosu tutu (cool Irosun)
Cast divination for Water
Irosu tutu renren (chilly Irosun)
Cast divination for Rain
Who will produce hail
He was asked to offer to have many people
They said Rain's life will never be hot, ever
Rain does not fall singly

I was born in multitude
I will never be lonely

Irosun Irete

Owuro ni alufa ti awọn ọjọ
Òwúrọ̀ kùtùkùtù ni àlùfáà òwúrọ̀
Osanfa giga ni alufa ti ọsan
A difa fo'san
Paapaa fun Oro
Ni ojo ti Oro ti ke pe ko bimo
Nigbati osan tun kigbe nipa ko ni awọn ọmọde lati gbe
Wọ́n ní kí Oro rú aṣọ dúdú
Wọ́n ní kí osan wá fún àpò iyọ̀ àti ẹfun
Osan ti bi ọmọ
Lẹhinna a beere lọwọ rẹ lati pese aṣọ pupa
Beena eda eniyan o fi oju si awon omo re
Osan kọ
Nítorí náà, bí ebi bá ń pa àwọn ènìyàn, a máa ń ju ọ̀pá síta láti kó
ọsàn
Níwọn ìgbà tí a kò lè jẹ Ọ̀rọ̀ títí ó fi ṣubú
Oro ni orire
Se e ko ri bi Oro ti n fi aso dudu bo awon omo re?

Translation
Daybreak is the priest of the day
Early morning is the priest of morning
High noon is the priest of noon
Cast divination for Orange
Also for Oro (type of fruit)
On the day Oro cried of not having children
When Orange also cried about not having children to carry
Oro was asked to offer black fabric
Orange was asked to offer a bag of salt and chalk
Orange gave birth to a child
She was then asked to offer red fabric
So human beings do not pay attention to her children
Orange refused
Therefore, if people are hungry, sticks are thrown to pluck oranges
Whereas we cannot eat Oro until it falls

89

Oro is lucky
Don't you see how Oro uses black clothes to cover her children?

Irosun Ose

Omi teere igbo
A difa f'Orunmila
Ni ojo ti Olofin pe e lati odo
Won ni ki Orunmila fi igba malu sinu apo re
Oun yoo pade agbalagba kan loju ọna
Ki o fun eniyan yii ni owo naa
Orunmila pade agbalagba o si se bi a ti palase fun
Arugbo eniyan fi han pe oun jẹ lodidi fun awọn iṣoro Olofin
Ó ní kí Òrúnmìlà ní kí Olófin rú epo àná tí ó rà àti àgbò kan
Ó tún yẹ kí Olófin mú àpótí ohun ọ̀ṣọ́ kan tí a fi sínú àjà rẹ̀ wá pẹ̀lú àgùntàn kan
Idarudapọ di aṣẹ ti ọjọ naa
Ẹkún gba àkóso ilé náà
Olofin ṣe bi a ti paṣẹ
Lẹsẹkẹsẹ, o mu larada
Orunmila lo gbe apoti ohun-ọṣọ ile
O si gba itimole ti awọn ilẹkẹ ninu rẹ

Translation
Omi teere igbo
Cast divination for Orunmila
On the day Olofin invited him to divine
Orunmila was asked to put 200 cowries in his pouch
He will meet an aged person on the way
He should give this person the money
Orunmila met the aged person and did as instructed
The aged person revealed He was responsible for Olofin's problems
He told Orunmila to tell Olofin to offer the palm oil he bought yesterday and a ram
Olofin should also present a jewelry box kept in his attic with one sheep
Confusion became the order of the day
Weeping took control of the household
Olofin did as instructed
Immediately, he was healed
Orunmila took the jewelry box home

And took custody of the beads therein

Irosun Ofun

Òkìtì jẹ wọpọ ni ayika igi ọpẹ
A difa f'Orisa
Lojo ti yoo ri Iyoju, omo re ti o ti sofo
O ti a beere lati pese owo eyo eéjìlá dín ní ẹẹdẹgbẹrún
Orisa gbo ebo o se
O ri Iyoju, omo re
Nitorina, ayafi ti ọkan ti ku
Ko le ri omo bi Iyoju

Translation
Mounds are common around palm trees
Cast divination for Orisa
On the day he will see Iyoju, his long lost child
He was asked to offer 888 cowries
Orisa heard about the offering and performed it
He saw Iyoju, his child
Therefore, unless one has died
He cannot see a child like Iyoju

OWONRIN MEJI

A difa f'Orunmila
Ni ojo ti yoo ji Ewemilere, iyaafin Sango
Wọn ní kó mú ọbẹ̀ gbegiri àti amala) rúbọ.
Kí ó gbé e sí oríta
Sango nbo ba Orunmila ni ibinu
Ṣugbọn ko duro lati jẹun ni ile
Nigbati o de ikorita o si ri ounje
O duro lati jẹun o si balẹ
Sango si wipe: won ko gbodo je ki n ri Ewemilere mo
Ki ibinu mi ma ba pada
Orunmila mu Ewemilere, iyaafin Sango patapata

Translation
Cast divination for Orunmila
On the day he was going to steal Ewemilere, the lady of Sango
He was asked to offer gbegiri soup (bean soup) and amala (yam flour)
He should place it on the crossroads
Sango was coming to fight Orunmila with anger
But he did not stop to eat at home
When he reached the crossroads and saw food
He stopped to eat and calmed down
Sango then said: They should not let me see Ewemilere again
So that my anger does not return
Orunmila took Ewemilere, the lady of Sango completely

Verse 2

Olúso
Olúsà
A difa fun igi ọpẹ
Ni ọjọ ti o n ṣe oje ekan

Òun ni ó lọ sí oko ẹni tí ń kọ́ ọgbọ́n
Alagbẹdẹ ọrun
O si ti a beere lati ṣe ohun ẹbọ
O beere lọwọ wọn lati paṣẹ fun u ni ẹbun
O si ti paṣẹ ohun ẹbọ
Oyin, Iyọ Aadun
Àkùkọ àti Àdàbà
Ope eluju gba ebo o se
Adun wa sinu aye re
 O bẹrẹ lati jo ati yọ
Ó ń yin Babaláwo rẹ̀
Babalowo re lo n yin Ifa
Ifa is also praise Olodumare
O ni gege bi Babalawo ti wi
O so Oluso, Olusa
A difa fun igi ọpẹ
Ni ọjọ ti o n ṣe oje ekan
Igi ọ̀pẹ kì í mú omi ewé jáde ní Ilé-Ifẹ̀
Adùn ni igi ọ̀pẹ ń mú jáde

Translation
Olúso
Olúsà
Cast divination for the palm tree
On the day he was producing sour juice
He is the one that went to the farm of the one who teaches wisdom
The blacksmith of heaven
He was asked to perform an offering
He asked them to prescribe him an offering
He was prescribed an offering
Honey, Salt Aadun (a type of corn powder)
A Rooster and Pigeon
Ope eluju embraced the offering and performed it
The sweetness came into his life
He started to dance and rejoice
He was praising her Babalawo
Her Babalawo was praising Ifa
Ifa is also praising Olodumare
He said it was exactly as his Babalawo said
He said Oluso, Olusa
Cast divination for the palm tree

93

On the day he was producing sour juice
Palm tree does not produce sour juice in Ile-Ife (town)
It is sweetness the palm tree produces

Verse 3

Iwonran Olukun
Abara le kokooko bi ori ota
Difa fun Ore Apere
Omo atakara sola
 Nje ibi ori gbe ni owo
Akara Ori je won o ka mi mo won
Akara Nibi ori gbe nni ire gbogbo
Akara Ori je won o ka mi mo won Akara.

Translation
Iwonran Olukun
cast divination oracle for Ori-Apere
It is certain that Apere
is the quintessence of well-being.
Wherever Ori is wealthy, let mine be included.
Wherever Ori has many children, let mine be included.
Wherever Ori has all good things of life, let mine be included.

Verse 4

Àìtó omi, àìtó òjò
Aini ni oruko ti a n pe owonrin
Àìsí òjò túmọ̀ sí ọ̀dá àti ìyàn
Ti ṣubu, ṣubu, ṣubu
Ṣii silẹ, ṣii, ṣii, ṣii,
Ibukun, ibukun, ibukun
Sisọ silẹ, silẹ, silẹ
Bi ojo ti n ro
Nigbati ojo ba n rọ, o dabi pe kii yoo da
Ojo ro ni ilu
Bakanna ojo rọ ni abule
Omi gbigbẹ ti o duro si odo
Difa fun si kan ìwọnba ojo
Omo Olokun- Seni-Ade
Jẹ ki agbara ti iseda tan omi aiṣan si omi ṣiṣan
Ṣii ọna kan ki o ṣii ọna kan

Ṣii ọna ibukun fun mi ati awọn olufẹ rere mi.
Yọ gbogbo awọn aami aiṣan kuro ninu igbesi aye wa
Maṣe jẹ ki igbesi aye wa ni ifamọra si ibi nipasẹ aini
Idaduro ati aropin

Translation
Scarcity of water, scarcity of rain
Scarcity is the name we call owonrin
Lack of rain signifies drought and famine
Falling, falling, falling
Open up, open up, open up,
Blessing, blessing, blessing
Dropping, dropping, dropping
Like it's raining
When it's raining, it seems that it will not stop
Rains fall in the town
Likewise rains fall in the village
Stagnant marshy water leads to the river
Cast divination to a mild rain
The child of Olokun- Seni-Ade
Let the force of nature turn stagnant water to a running water
Open a path and open a path
Open a path of blessing for me and my well wishers.
Remove all symptoms of stagnation in our life
Never allow our life be attracted to evil through lack
Stagnation and limitation

Owonrin Ogbe

Owonrin sogbe
Ogbesowonrin n gbesan
Owonrin gbin ese igi obi abata
Ogbe gba Owonrin lamoran pe ki o fi ikoko amo bo
Ó yá ìkòkò amọ fún Ọnrin
Nigbati Ogbe ri igi obi abata ti dagba, Ogbe beere pe ikoko amọ
pada ni gbogbo iye owo
Owonrin ni lati ge igi obi abata lati da ikoko amo Ogbe pada
Ogbe bi obinrin
Owonrin lo ya omo naa l'egba idẹ
Nigbati ọmọ naa di omoge
Owonrin pada lati beere fun ẹgba idẹ
Won mu omo obinrin Ogbe wa
95

Wọn gé orí rẹ, wọn sì fún Ọnrin lógbà ẹwọn rẹ
Lati igba naa, eniyan ṣe akiyesi:
Eniyan ge igi Kola lati gba ikoko amọ
Ẹnikan ge ori ọmọ kan lati yọ ẹgba idẹ kuro
Iṣoro ti a ṣẹda ko ti yanju

Translation
Owonrin sogbe
Ogbesowonrin in retaliation
Owonrin planted a foot tall Kola nut tree
Ogbe advised Owonrin to cover it with a clay pot
He loaned the clay pot to Owonrin
When Ogbe saw the Kola nut tree had matured, Ogbe demanded
the clay pot back at all costs
Owonrin had to cut the kola nut tree to return Ogbe's clay pot
Ogbe gave birth to a female child
Owonrin loaned the child a brass necklace
When the child became a young lady
Owonrin returned to demand for the brass necklace
They brought the female child of Ogbe
They beheaded her and gave Owonrin back his necklace
Ever since, people observe:
Somebody cut the Kola tree to collect a clay pot
Somebody beheaded a child to remove a brass necklace
The problem we created has not been resolved

Owonrin Oyeku

Owonrinyeku
Okanyekuyeku
Yeku omo Orunmila se ibawi fun Orunmila
Ni ọjọ ti ko ni owo lati na
Wọn ní kó rúbọ
Ó gbọ nípa ẹbọ náà, ó sì ṣe é
Lati igba naa, o bẹrẹ si ni owo ni ile

Translation
Owonrinyeku
Okanyekuyeku
Yeku, the son of Orunmila divined for Orunmila
96

On the day he had no money to spend
He was asked to perform an offering
He heard about the offering and performed it
Ever since, he began to have money at home

Owonrin Iwori

Owonrinwori
 A difa fun obinrin onisowo ni omo Abiku
Ọmọ kan ṣoṣo ni o fi silẹ
Awọn eniyan yoo wa koto fun ọmọ kanṣoṣo
Adie ti gbe ogun eyin o si pa ogun
Ko si ọkan ninu awọn oromadie ti o tun wa laaye
Adie gbe ọgbọ̀n eyin, o si pa ọgbọn
Ko si ọkan ninu awọn oromadie ti o wa laaye
Adiye, kini o kù fun ọ lati ṣe?
Adie sọ pé:
Mo n wa elomiran, kekeke
Ti adie ko ba ti so
It will say: nwon o koo ko o

Translation
Owonrinwori, cast divination for a woman who is trading in Abiku children
(i.e., she often gives birth to children who are born to die)
She was left with only one child
People will dig a ditch for the only child
The chicken laid twenty eggs and hatched twenty
None of the chics are still living
The chicken laid thirty eggs and hatched thirty
None of the chics are still alive
Chicken, what is left for you to do?
The chicken said:
I am searching for others, kekeke
If the chicken has not mated
It will say: nwon o koo ko o

Owonrin Odi

Owonrinsidi

97

A difa f'Olofin
Ẹniti a sọ fun iṣura ti o sunmọ
Wọn ní kí ó rúbọ kí ó lè gba ẹrù náà
Olofin kọ, ko ṣe ọrẹ
Iṣura de
Olofin jeun, jeun, o jeun
Ó mu, ó sì mutí yó
Owonrinsidinsidin a difa f'Olofin le keji
Ẹniti a sọ fun pe iṣura miiran yoo de
Wọn ní kó rúbọ
O kọ, ṣugbọn o gba awọn iṣura lati gbogbo agbala
Owonrinsidinsidin a difa f'Olofin the third time
Wọn ní kí ó fi àgùntàn rúbọ, nítorí pé ní ọjọ́ méje, ó dájú pé yóò
kú
Olofin kọ lati ru aguntan
Olofin sọ pe o ṣe iyanilenu boya asọtẹlẹ yii yoo ṣe
Ó gbẹ kòtò kan nínú àgbàlá rẹ̀ láti ṣe iṣẹ́ ìgbọ̀nsẹ̀
Ṣugbọn ni ihamọ fun ara rẹ lati lọ si ita lati ṣe ito
O tun ṣe iyalẹnu bawo ni iku yoo ṣe de
Ní ọjọ́ keje, òjò ńlá kan rọ̀ ní àárín òru
Kòtò náà kún fún omi òjò
Ni owuro ojo keji, nigbati Olofin lo lati lo ile-igbọnsẹ
Ẹsẹ̀ rẹ̀ bọ́ sórí ilẹ̀, ó sì ṣubú sínú kòtò
Igbiyanju awọn ọmọ rẹ lati gba a la ti pẹ ju
Olofin s'omi, o ku lojukanna

Translation
Owonrinsidi
Cast divination for Olofin
Who was told of an approaching treasure
He was asked to perform an offering so he might acquire the goods
Olofin refused, he did not perform the offering
The treasure arrived
Olofin ate, ate, ate and ate
He drink drank and became drunk
Owonrinsidinsidin cast divination for Olofin a second time
Who was informed that another treasure would arrive
He was asked to perform an offering
He refused, but received treasures from all over
Owonrinsidinsidin cast divination for Olofin the third time

He was asked to offer a sheep, because in seven days time, he will surely die
Olofin refused to offer a sheep
Olofin remarked he was curious if this prediction would come to pass
He dug a pit in his backyard to serve as a toilet
But restricted himself from going outside to urinate
He still wondered how death would arrive
On the seventh day there was a heavy rain in the middle of the night
The pit was filled with rainwater
The following morning, when Olofin went to use the toilet
His leg slipped on the ground and he fell into the pit
His children's' attempt to save him came too late
Olofin drowned and died on the spot

Owonrin Irosun

Owonrin, alufaa Irosun
Irosun, alufaa Owonrin
A difa fun aiṣedeede eniyan ni Ile-Ife
Wọ́n ní kí ó fi àkùkọ kan, ogún iyẹfun alapin, ati owo eyo ẹẹdẹgbẹwá
O gbọ nipa ẹbọ naa o si ṣe
Aláàárẹ̀ fi ogun ọ̀wọ̀n pẹrẹsẹ ránṣẹ́ sí ọba Oyọ
Àwọn ará ilé ọba túmọ̀ rẹ̀ gẹ́gẹ́ bí àmì rere nípa aásìkí ọba
Nítorí náà, ọba rán ọkùnrin àti obìnrin kan tí ń fi okùn okùn
Won ru egberun mewa malu lo si odo eni buruku ti Ile-Ife
O di ọlọrọ
Lati igba naa, awọn iyẹfun alapin wa ni sisanra pupọ

Translation
Owonrin, the priest of Irosun
Irosun, the priest of Owonrin
Cast divination for the wretched person of Ile-Ife
He was asked to offer one rooster, twenty flat cudgels, and 1900 cowries
He heard about the offering and performed it
The wretched person sent twenty flat cudgels to the king of Oyo
The king's household interpreted it as a good omen of the king's prosperity
99

Therefore, the king sent one strapping man and woman
They carried 10,000 cowries to the wretched person of Ile-Ife
He became rich
Ever since, flat cudgels are in heavy circulation

Owonrin Obara

Owonrin ni akole ile
Obara ni oyè oko
Owonrin oriki ile lo n gbe oko
Obara, akole oko, n gbe nile
Eru Orunmila ni awon mejeeji
Ọdọọdun ni wọn n ge ewe ọpẹ lati fi bo ile Olodumare
Ise naa su Owonrin, o lo sodo Orunmila:
Kini o yẹ ki n ṣe?
Òrúnmìlà ní kí ó rúbo
Owonrin pinnu lati pese gige
Nígbà tí wọ́n lọ sí oko láti gé ewé ọ̀pẹ
Owonrin ko le lo owo lasan
Awon alabasisepo re ge ewe won lo si ile Olodumare
Owonrin ba ri igbin merindinlogun
Ó tún fi ọwọ́ òfo rẹ̀ ya àwọn ewé ọ̀pẹ díẹ̀
Nigbati o de ile
Wọ́n múra láti lù ú nítorí pé ó pẹ́
Awọn igbin ti o mu lẹhinna ṣubu lati ọwọ rẹ
Wọ́n kó ìgbín lọ́wọ́ rẹ̀

Translation
Owonrin is the title of home
Obara is the title of the farm
Owonrin, the title of home, lives in the farm
Obara, the title of the farm, lives at home
Both are Orunmila's servants
They cut palm leaves on a yearly basis to cover Olodumare's house
Owonrin was weary of the work and went to Orunmila:
What should I do?
Orunmila asked him to offer his cutlass
Owonrin decided to offer the cutlass
When they went to the farm to cut palm leaves
100

Owonrin could not use his bare hands
His co-workers cut their leaves and went to Olodumare's house
Owonrin then spotted sixteen snails
He also used his bare hands to rip a few palm leaves
When he arrived at home
They prepared to beat him for being late
The snails that he picked then fell from his hands
They collected the snails from him
And decided to allow him to work at home
The world observed:
Owonrin came from the farm to play with Obara

Owonrin Okanran

Isese nii seran de oluigbo
Ase nii seran de olori
A difa f'Owonrin
Tani o nfi si ile Okanran
Won ni ki Owonrin pese owo eyo èjì lé ní irinwó
Ki o le pada si ile ni aseyọri
Owonrin gbo nipa ebo o se
Nigbati o de Owonrin ni a mu waini o si jeun
Wọn fún un ní èbùn ẹrú láti mú wá sílé
Nitorina, a lọ daradara, a pada daradara
Ile Okanran ti gbe wa

Translation
Isese nii seran de oluigbo
Ase nii seran de olori
Cast divination for Owonrin
Who is venturing to the house of Okanran
Owonrin was asked to offer 402 cowries
So that He might return home successfully
Owonrin heard about the offering and performed it
When He arrived Owonrin was wined and dined
They gifted him/her a servant to bring home
Therefore, we went well, we returned well
The house of Okanran has favored us

101

Owonrin Ogunda

Ibanujẹ duro pẹlu omi
Ohun kikọ ko le dara ju ọna lọ
A difa fun agbẹ opopona
Tani yio kó iṣu
Ki o si pe gbogbo eniyan lati wa jẹun pẹlu rẹ
Nwon wipe: kilode?
O ni: Boya ti a ba ṣe rere lori ilẹ
A le pade rere l'orun
Tani o mọ ojo iwaju?
 O sọ pe: Ti a ba ṣe buburu
A le pade rẹ ni ọrun
Tani o mọ ojo iwaju?
Ko si ẹniti o mọ ojo iwaju
Tani o mọ ojo iwaju?

Translation
Kindheartedness stops with water (i.e., One might be kindhearted up to a point)
Ones character cannot be better than the road
Cast divination for a roadside farmer
Who will harvest yams
And invite the public to come and eat with him/her
They said: why?
He said: Maybe if we do good on earth
We may meet good in heaven
Who knows the future?
He said: If we do bad
We might meet it in heaven
Who knows the future?
No one knows the future
Who knows the future?

Owonrin Osa

Owonringasa
A difa f'Orunmila
Ni ọjọ ti yoo bẹrẹ ọmọde
Tani yoo di ọlọgbọn ju u lọ
Akoda, Aseda, and Araba
Se ekeji ni ipo Babalawo
102

Adé tí ó wà lórí yóò wá láti inú agogo idẹ
Awọn ilẹkẹ lori ọrun yoo wa lati kan agogo idẹ
Àwọ aláwọ elése àlùkò tí ó wú lórí èjiká pilẹ̀sẹ̀ láti inú idìpọ àwọn
igi ọgẹ̀dẹ̀

Translation
Owonringasa
Cast divination for Orunmila
On the day he will initiate a child
Who will become cleverer than him
Akoda, Aseda, and Araba
Are second in rank to Babalawo
The crown upon the head shall come from a brass bell
The beads upon the neck shall come from a brass bell
The brilliant color purple upon the shoulder originates in a cluster
of banana trees

Owonrin Ika

Lọgan ti igba kan mu epo ọpẹ mu
Ko si lilo miiran
Eniyan ti o ni inu rere funni ni ẹbun akara ju ti o ti ra lọ
A difa fun enia buburu
Ẹniti o rin irin-ajo ni alẹ lati ji awọn ọmọ eniyan miiran gbe
Wọn ní kí ẹni burúkú náà fi okùn rúbọ kí wọn má bàa mú un
O dahun pe ọmọ tirẹ jẹ eniyan ti o saisan
Láìpẹ́ lẹ́yìn náà, ọmọ rẹ̀ dàgbà di àgbàlagbà kan tí wọn sì fi jọba
Ọba sọ pe oun ko ni ojurere si ẹgbẹ kan
O ni oun yoo jẹ ọba ododo fun gbogbo eniyan kii yoo se ojurere
fun eniyan buburu

Translation
Once a calabash holds palm oil
It has no other use
A good-hearted person gifts more akara (bean cakes) than has
been purchased
Cast divination for a wicked person
Who travels at night to kidnap other people's children
The wicked person was asked to offer rope to prevent arrest
She responded that his own child was a sickly person

Soon after, her child matured into a responsible adult and was made king
The king said he would not favor any group
He said he would be a king of fairness to all and not favor the wicked

Owonrin Otura

Owonrin Irete
Owonrete
Alufa Alaamu
A difa f'Alaamu
Ní ọjọ́ tí yóò kúrò ní ilé rẹ̀
Yóò di ẹ̀gbẹ́ ògiri mú
Wọ́n ní kí Alaamu fi ìkòkò amọ̀ kan rúbọ
Kí wọ́n ṣe ohun kan nínú rẹ̀ fún un
Alaamu kọ lati pese
Nitorina, nigbati ojo ba de
Gbogbo Alaamu ni yoo subu
Alaamu ko ni ye odun marun
Ni ọdun kẹta gbogbo wọn bẹrẹ si parun
Gbogbo okunrin Alaamu ti won so pe won ko ni pese
Ní ọdún mẹ́ta, gbogbo wọn yóò ṣègbé lọ́kọ̀ọ̀kan
Awon ti won ba sile yoo dagba
Ní ọdún mẹ́ta, gbogbo wọn yóò ṣègbé lọ́kọ̀ọ̀kan

Translation
Owonrete
The priest of Alaamu
Cast divination for Alaamu
On the day he will leave his house
He will hold onto the sides of walls
They asked Alaamu to offer one clay pot
They should do something inside of it for him
And place it upside down so that Alaamu will have a home
Alaamu refused to offer
Therefore, when rain arrives
It will fall on all Alaamu
Alaamu will not survive five years
In the third year they all begin to perish
All male Alaamu who claim they will not offer

In three years they will all perish one after the other
ThOse who are left behind will grow
In three years they will all perish one after the other

Owonrin Oturupon

Aferife ni fe'ko totun-un
Efuufu osa nii takiti yanran takiti yanran
Dia fun Olokun
Nijo omi olokun o to bu boju o
Awo Oloda lo fun Olosa
Njo omi Osa o se bu sanse
Ebo ni won ni ki won waa se
Won gbebo, won rubo
Wọn ni diẹ sii ju to

Translation
The gently breeze is it the blows the grass on the right
And the lagoon storm makes the water in the lagoon to tumble over and over
Cast divination for Olokun
When the water in the ocean is not enough to wash one's face
The same message was given to Olosa
When the water in the lagoon was not enough to wash one's feet
They were both advised to offer ebo
They complied
After a while, they had more than enough.

Owonrin Irete

Owonrete
Olufa Alaamu
A difa fun Alaamu
Ní ọjọ́ tí yóò kúrò ní ilé rẹ̀
Yóò di ẹgbẹ́ ògiri mú
Wọ́n ní kí Alaamu fi ìkòkò amọ̀ kan rúbọ
Kí wọ́n ṣe ohun kan nínú rẹ̀ fún un
Ki o si gbe e si oke ki Alaamu ni ile
Alaamu kọ lati pese
Nitorina, nigbati ojo ba de
Gbogbo Alaamu ni yoo subu
Alaamu ko ni ye odun marun

105

Ni ọdun kẹta gbogbo wọn bẹrẹ si parun
Gbogbo okunrin Alaamu ti won so pe won ko ni pese
Ní ọdún mẹta, gbogbo wọn yóò ṣègbé lọkọọkan
Awọn ti o kù yoo dagba
Ní ọdún mẹta, gbogbo wọn yóò ṣègbé lọkọọkan

Translation
Owonrete
The priest of Alaamu
Cast divination for Alaamu
On the day he will leave his house
He will hold onto the sides of walls
They asked Alaamu to offer one clay pot
They should do something inside of it for him
And place it upside down so that Alaamu will have a home
Alaamu refused to offer
Therefore, when rain arrives
It will fall on all Alaamu
Alaamu will not survive five years
In the third year they all begin to perish
All male Alaamu who claim they will not offer
In three years they will all perish one after the other
Those who are left behind will grow
In three years they will all perish one after the other

Owonrin Ose

Owonrinwese
Nigbati omo olo ba pari lilu iṣu
Imudani oke duro lori ilẹ
Awọn ẹgbẹ mejeeji kii ṣe awọn titiipa to dara fun ilẹkun kan
Simẹnti afọṣẹ fun a ile oluranlowo
Tani a beere lati funni fun iṣowo rẹ
Ki o ma ba segbe ninu itiju

Translation
Owonrinwese
When the pestle finishes pounding yam
The top handle stands on the ground
The two sides are not proper locks for a door
Cast divination for a building agent
Who was asked to offer for her business
106

So that She does not perish in disgrace

Owonrin Ofun

Owonrinwofubi
Bi eniyan ko ba ri
A yẹ ki o wa ara wa
Ti a ba kuna lati beere nipa kọọkan miiran ni akoko
Yoo yipada si ipo ti ko dun
A difa fun eniyan ti o jina
Eni ti eniyan nfigagbaga lori oro lai mo eni ti o jina le segbe
Wọn beere lọwọ ọkan lati pese owo eyo ẹẹdẹgbarin
Awọn miiran yẹ ki o tun pese owo eyo ẹẹdẹgbarin

Translation
Owonrinwofubi (Does Owonrin check on Ofun at all?)
If one does not see one
We should look for each other
If we fail to ask about each other in time
It will turn into an unpleasant situation
Cast divination for a distant person
Whom one is competing with over wealth without knowing the distant person could perish
They asked one to offer 7,000 cowries
The other should also offer 7,000 cowries

OBARA MEJI

Opolopo ti to lati pin
A difa fun ọba
Ta ni won ni ki o gbin oko
O beere pe: kilode?
Wọn dahun pe: ṣe o ko mọ, ọpọlọpọ ti to lati pin?
Jẹ ki ọpọlọpọ wa ki o to lati lọ yika
Ọba kígbe pé: Ẹ̀yin Awo (alùfáà) tí ó ní kí n máa ṣe àgbẹ̀
O mọ pe nigbati iyan ba wa
Ilu oba kun fun ayo
Nítorí náà, ẹ jẹ́ kí gbogbo wa lọ sí ilé ọba
Ibi ti a ti ri ounje je
Ile oba lo tun aye se
Ibi ti a ti ri opolopo ounje

Translation
Plenty is enough to share
Cast divination for the king
Who was asked to cultivate agriculture
He asked: why?
They responded: don't you know, plenty is enough to share?
Let there be plenty so there will be enough to go around
The king exclaimed: You Awo (priests), who said I should cultivate agriculture
You know that when there is famine
The king's town is full of happiness
Therefore, let's all go to the king's house
Where we will see food to eat
It is in the house of the king who mends the world
Where we find plenty of food

Verse 2

Orunmila ní ódì oní ìgbódó ji gbódó
Mo ní ẹni ẹni ìgbódó
Àyà àyàn ibarà
Ṣé àwọn ni wọ́n ṣe àfọ̀ṣẹ fún Onigbodo
Tani o kẹhin gbogbo wọn
Wọn ní kí ó rúbọ

108

Won ni Olodumare yoo ranse pe won
Ṣugbọn o yẹ ki o ko lọ lori wipe ọjọ
Won ni ki o toju Ori re
Ko jina ju, kii ṣe gun
Olodunmare sent for the 16 major Odu
Obara ni on/o ko le wa
Oun yoo maa toju ori rẹ
Obara bere si toju ori re
Bi awon Odu to ku ti n pada lati Olodumare
Won pinnu lati duro si ile Obara
Won so fun Obara pe won sese n pada wa lati Olodumare
Obara ni ki won wole
Wọn sọ pe o ni ohunkohun pataki ti o le tàn wọn ninu
Obara ni oun ni Ogege, oruko ti won n pe ni turari
Yalumo oruko naa Obi
Obubuyaya oruko ti a mo si Oti .
Gbogbo won ni iwongba ti Obara ni nkankan lati parowa fun won
lati da ni ile re
Gbogbo won wo ile Obara, won joko
Wọn mu wáìnì wọn sì jẹun, bí wọn ti ń jẹun tán
Obara bere lo wo won idi pipe olodumare
Wọn sọ pe kii ṣe ohunkohun pataki
Olodumare kan fe fun won ni ebun
Ati pe kii ṣe ohunkohun pataki
Wọn kan fun wọn ni elegede kan kọọkan
Bí wọn ṣe fẹ́ lọ
Gbogbo wọn ko fẹ lati mu elegede pẹlu wọn
Bẹ̀ẹ̀ ni wọ́n béèrè lọ́wọ́ Ọbara pé bóyá ó fẹ́ jẹun tàbí kí ó lo egbò
náà
Obara ni kilode ti ko fe je awon eso inu
Bi gbogbo won ti kuro ni Obara bere si n ge elegede naa
Lati nu jade inu, bi o ti nsii awọn elegede
O bẹrẹ lati wa awọn ilẹkẹ, owo ati ọrọ
Ninu elegede o gbe ile rẹ pẹlu ẹru ọrọ
Obara ra ẹsin dudu, ẹsin funfun ati ẹsin pupa
Obara bere si jo, o si yo
Ó ń yin Babaláwo rẹ̀
Babalowo re lo n yin Ifa
Ifa is also praise Olodumare
O ni gege bi Babalawo won se so
O sọ

109

Orunmila ní ódì oní ìgbódó ji gbódó
Mo ní ẹni ẹni ìgbódó
Àyà àyàn ìbarà
Oun lo difa f'Onigbodo
Tani o kẹhin gbogbo wọn
Eniyan bẹrẹ lati kọrin
Obara gun ẹṣin dudu
Obara gun ẹṣin funfun
Obara gun ẹṣin pupa

Translation
Orunmila ní ódi oní ìgbódó jì gbódó
Mo ní ẹni ẹni ìgbódó
Àyà àyàn ìbarà
Are the ones who cast divination for Onigbodo
Who is the last one of them all
He was asked to perform an offering
They said Olodumare will send for them
But he should not go on that day
He was asked to take care of her Ori (head)
Not too far, not to long
Olodunmare sent for the 16 major Odu
Obara said she could not come
He will be taking care of her head
Obara started to take care of his head
As the rest of the Odu were returning from Olodumare
They decided to stop by Obara's house
They told Obara that they were just returning from Olodumare
Obara told them to come inside
They said does she have anything special for them inside
Obara said he has Ogege, (spices)
Yalumo the name they call Obi (kola nut)
Obubuyaya the name that Oti (gin) is known for
They all said truly Obara did have to stop in his house
They all entered Obara's house, they sat down
They wined and dined, as they finish eating
Obara asked them for the purpose of Olodumare's calling
They said it was not anything special
Olodumare just wanted to give them a gift
And it wasn't anything special
They were just given a calabash each

As they were about to leave
They all did not want to bring the calabash home with them
So they asked Obara if he would like to eat or use the calabash.
Obara said yes, he would take them.
As they all left, Obara started cutting up the calabash.
To clean out the inside, as he opened the calabash.
He started to find beads, money and wealth
The calabashes brought to Obara's home were loaded with wealth
Obara bought a black horse, white horse and red horse
Obara started to dance and rejoice
He was praising his Awos
His Awos was praising Ifa
Ifa is also praising Olodumare
He said it was exactly as the Awo said
Orunmila ní ódi oní ìgbódó jì gbódó
Mo ní ẹni ẹni igbódó
Àyà àyàn ibarà
Is the one that cast divination for Onigbodo
Who is the last one of them all
People started to sing
Obara take a ride on the black horse
Obara take a ride on the white horse
Obara take a ride on the red horse

Verse 3

Ó ṣẹ́ mi péḷéngẹ́, ọwọ́ mi otún. Ó rọ̀ mi mìnìjo̖, ọwọ́ mi òsì. Ewé kókò méjì ni ílù ara wọn

péḷéngẹ́- péḷéngẹ́. Abèbẹ̀ òjé ni ímú ojú ọló jà tutù nini.

A dífá fún èyítí yóò di Olú Ìdó, abèjìgbàrà-ilèkè, n'íjọ́ tí ílọ bá wọn múlẹ̀ ibùdó.

Ẹbọ l'a ní kí ó wá ṣe. Ó gbó̖; ó rúbọ. Nígbàtí ó rúbọ tán, ó di àpésìn, ó di Olú Ìdó.

Kíl'ó sọ Olú Ìdó di ọba? Èjì Ọ̀ bàrà, Ifá l'ó sọ Olú Ìdó di ọba. Èjì Ọ̀ bàrà o!

Translation

It overcomes me delicately, my right-hand side.
It soothes me smoothly, my left-hand side.
It is two cocoyam leaves that are beating each other very delicately.
It is a fan of lead that is making the king's face very cool.

111

Ifá divination was performed for the one who would become the *Ìdó* chief, possessor of *èjìgbàrà* beads , on the day when he went helping people to establish a settlement.

They said to offer ebo.

When he offered *ẹbọ* completely, he became a leader who had a large number of followers,

He became the *Ìdó* chief.

What was it that transformed the *Ìdó* chief into a king? *Èjì Ọ̀ bàrà*

.

It was *Ifá* that transformed the *Ìdó* chief into a king. *Èjì Ọ̀ bàrà*!

Obara Ogbe
Ifa ni :Oro onitola ni
Mo ni: O jẹ ọrọ ti apo idoti
Tani eru Onifogbo
Awo Trashcan ti n ta ọti-waini fun Onifogbo
Ni ọjọ kan Trashcan ko lagbara lati tẹ ọti-waini
Nitorina Trashcan sọ fun oluwa naa
Onifogbo di binu
O ṣe aami kan si oju apo idoti
Wọ́n kìlọ̀ fún Onifogbo pé kí ó rúbọ
Ki abajade ti ami naa ko ni jẹ odi
Oga kọ
Ni ojo kan apo idoti ti ko fomi po palm wine ile Onifogbo mu ara daku
Trashcan mu ọbẹ kan o si ge oju oluwa naa
Ohun ti Onifogbo se si apo idoti
Won san fun Onifogbo

Translation
Ifa said: It is the matter of a Trash can
I said: It is the matter of a Trash can
Who is the servant of Onifogbo
The Trashcan was tapping palm wine for Onifogbo
One day the Trashcan was unable to tap palm wine
So Trashcan told the master
Onifogbo became annoyed
He made a mark on Trashcan's face
They warned Onifogbo to do an offering

So that the consequence of the mark would not be negative
The master refused
One day the Trashcan brought undiluted palm wine home
Onifogbo drank himself/herself unconscious
The Trashcan took a knife and slashed the master's face
What Onifogbo did to the Trashcan
Was repaid to Onifogbo

Obara Oyeku

Obara rin irin ajo
A sì sọ fún wọn pé kí wọn rúbọ
Lati pada pẹlu ibukun
Nigbati Obara de inu re dun
Sugbon bi Obara se pada si ile pelu ibukun
O ṣubu sinu koto kan o si tu awọn ekun mejeeji kuro
Obara ni ki won gbe ile, ki awon eniyan si maa lu ilu
Obara gbe apa otun re le ejika enikan
Bakan naa ni Obara se pelu apa osi nigba ti awon eniyan nkorin pe:
Oye'kun,
Obara Oyekun o
Oye'kun,
Obara Oyekun o

Translation
Obara went on a journey
And was told to perform an offering
In order to return with blessings
When Obara arrived He was pleased
But as Obara returned home with blessings
He fell into a ditch and dislocate both knees
Obara asked to be carried home and for people to drum
Obara placed his right arm on someone's shoulder
Obara did the same with the left arm while the people sang:
Oye'kun, (you dislocated your knee)
Obara Oyekun o (Obara you dislocated your knee)
Oye'kun, (you dislocated your knee)
Obara Oyekun o (Obara you dislocated your knee)

113

Obara Iwori

Obarawori
Ẹnikan kan jẹ ounjẹ kikun
Ti so okun mọ ọrùn rẹ
Ati awọn ifẹ lati pokunso
Wọn beere pe:
Kini o fẹ ki ẹnikan ti o npa awọn ajẹkù ti ounjẹ lati ṣe?
A difa fun iwori
Ẹniti n jiya o lọ sinu igbo lati pari gbogbo rẹ
Iwori ko ku
Iwori mase gbe ara re ro!
A n wa e
Iwori wá ilé
Iwori ko ku
Iwori mase gbe ara re po!!!

Translation
Obarawori
Someone just ate a full meal
Tied a rope around their neck
And desires to be hanged
They asked:
What do you want someone who is licking scraps of food (i.e., less privileged) to do?
Cast divination for Iwori
Who was suffering and went into the bush to end it all
Iwori do not die
Iwori do not hang your self!
We are looking for you
Iwori come home
Iwori do not die
Iwori do not hang your self!!!

Obara Odi

Ijagun
A difa fun a agbọnrin
Tani yoo ja ni oko okra
Wọn ní kí àgbọ̀nrín náà ṣe ẹ̀bùn pẹ̀lú ọ̀pá gégé ní ọwọ́ rẹ̀
Àgbọ̀nrín náà gbọ́ nípa ẹbọ náà, ó sì ṣe é
Bí àgbọ̀nrín ṣe ń rìn lọ sí oko ni wọ́n dì í mú
Ògbójú ọdẹ rí àgbọ̀nrín náà, ó sáré lọ pa àgbọ̀nrín náà
114

Bí ọdẹ ṣe ń gbọn pẹ̀pẹ̀pẹ̀pẹ̀, ìdẹkùn bẹ́ sílẹ̀
Àgbọnrin náà sálọ ní kígbe pé:
Mo ti ṣe ẹbọ ti ominira!
Awọn eniyan ṣe akiyesi:
Agbọnrin n pariwo ni iṣẹgun!

Translation
Warring
Cast divination for a deer
Who is going to fight in an okra farm
The deer was asked to perform an offering with a cutlass in her hand
The deer heard about the offering and performed it
As the deer journeyed to the farm He was caught in a trap
The hunter saw the deer and ran to kill the deer
As the hunter trembled excitedly, the trap broke lo
Ose ,The deer ran away exclaiming:
I have done the offering of liberation!
The people observed:
The deer is screaming victoriously!

Obara Irosun

Ipeti wo o
A difa f'Oloja Iku
Ẹniti a sọ fun lati pese ijiya kekere
Lati yago fun ijiya nla
Wọ́n ní kí ó pèsè iṣu ìpalẹ̀ fún ara rẹ̀ kí ó sì lò ó láti fi tu Ori iyawo rẹ̀ lọ́kàn
O kọ, o sọ pe: Iyawo mi!?
Láìpẹ́, ogun wọ ilú náà, wọ́n sì kó Oloja Ikú àti ìyàwó rẹ̀ nígbèkùn
A gbe iyawo rẹ si ipo aṣẹ
Oloja Iku wa ni ipo ninu ehinkunle bi ojiṣẹ
Lọ́jọ́ kan, lẹ́yìn tí ìyàwó rẹ̀ ti jẹun tán, ó ju àwọn oúnjẹ tó ṣẹ́ kù sí ẹ̀yìn ilé
Oloja Iku dahun:
Ti mo ba ti mọ, Emi yoo ti gba ijiya kekere
Lati yago fun ijiya yii

Translation
115

Ipeti wo o
We cast divination for Oloja Iku
Who was told to offer small suffering
In order to avoid big suffering
He was asked to prepare pounded yam by himself and use it to appease his wife's Ori
He refused, saying: My wife!?
In short time, war invaded the town and took Oloja Iku and his wife captive
His wife was placed in an authoritative position
Oloja Iku was positioned in the backyard as a messenger
One day, after eating, his wife threw him some leftovers in the backyard
Oloja Iku replied:
If I had known, I would have accepted small suffering
In order to avoid this torment

Obara Owonrin

Obarawonrin
A difa fal'aboyun
Pèlúpèlù fún ọmọ tí kò tí ì bí ní inú rè
Obinrin ti o loyun naa lu ika ẹsẹ rẹ, ọmọ inu oyun naa ki i
Obìnrin tí ó lóyún náà sọrọ̀, ọmọ inú rẹ̀ sì dá a lóhùn
Wọ́n ní kí àwọn méjèèjì rúbọ
Obìnrin tí ó lóyún nìkan ló rú ẹbọ náà
Omo ti ko bi ko ko fi Ifa
Lati igba naa
A kì í fòye mọ ohùn ọmọ tí a kò tíì bí

Translation
Obarawonrin
Cast divination for a pregnant woman
Also for the unborn child in her womb
The pregnant woman hit her toe and the unborn baby greeted her
The pregnant woman spoke and her unborn baby answered her
They were both asked to perform an offering
Only the pregnant woman made the offering
The unborn baby refused to offer to Ifa
Ever since then

116

We do not discern the voice of an unborn child

Obara Okanran

Obara Okanran
Mejeeji Obara ati Okanran
A difa fun Ose
Ẹni tí a ní kí ó rúbọ
Ki oro Ose le bori gbogbo igi to ku ninu igbo
Ose gbo nipa ebo na o si se e
Nitorina nikan awọn igi ti o wuwo oke
O le fa nipasẹ afẹfẹ
Operekete
Isalẹ Ose ti wa ni ṣinṣin ni ilẹ
Operekete

Translation
Both Obara and Okanran
Cast divination for Ose (African Baobab Tree)
Who was asked to perform an offering
So that Ose's wealth may overpower all other trees in the bush
Ose heard about the offering and performed it
Therefore only trees which are top heavy
May be pulled down by the wind
Operekete (Wild and solid)
The bottom of Ose is firmly rooted in the ground
Operekete (Wild and solid)

Obara Ogunda

Agbe lo dale
Mo lo dale
Aluko lo daaro
Mo lo daaro
Odidere lo di iyaleta ola
Mo lo di iyaleta ola o
Dia fun Agunfon-niwonran
Ti yoo tinu iyaa re gbofa waye
Ebo ni won ni ko waa se
O gb'ebo, o ru'bo
Agunfon de, oniran-nran
Boo ban a mi tan

117

Ma doran sile o
Agunfon de, oniran-nran o

Translation
Agbe the blue turacco says it is evening time
I chorused that it is evening time
Aluko the maroon turacco says it is morning time
And I chorused that it is morning time
Odidere the parrot says it is midmorning time tomorrow
I chorused that it is midmorning time tomorrow
Ifa's message for Agunfon-niwonran
Who will learn Ifa from her mother's womb
She was advised to offer ebo
She complied
Here comes Agunfon-niwonran
The child of many relatives
If you teach me
I will create many scenes
Here come Agunfon
The child of many relatives

Obara Osa

Obara nṣiṣẹ logan
A difa fun Aparo
Ẹniti o ti ọrun wá si aiye
Wọn sọ fun Aparo lati pese owo eyo ẹẹdẹgbẹrin.
Ki o le jẹun ni ọfẹ lori ilẹ
Aparo gbo nipa ebo na o si se e
Lati igba ti Aparo ti njẹ larọwọto lati ọgba gbogbo eniyan
Ó bí ọpọlọpọ ọmọ
Nígbà tí àgbẹ̀ dé, ó ń fò sórí igi lókè, ó ń kọrin pé:
Mo jẹ ninu awọn agbe
Mo jẹ ninu awọn agbe
Mo fun awọn ọmọ mi ni kikun, ni kikun
Àgbẹ̀ náà sọ òkúta sí mi

Translation
Obara runs stylishly
Cast divination for Aparo (partridge)
118

Who was coming from heaven to earth
They told Aparo to offer 660 cowries
So that she would eat freely on earth
Aparo heard about the offering and performed it
Ever since Aparo eats freely from everyone's garden
She gave birth to many children
When the farmer arrives she glides on tree tops singing:
I ate from the farmer's
I ate from the farmer's
I fed my children fully, fully
The farmer throws stones at me

Obara Ika

Obaranla
Obara gbera
Ẹkùn kì í gbó jù kó kú
Àdán kì í hù ìyẹ́
Awọn ojiji ko ni igbẹ
Ọba ki i wọ awọn slippers lati rin kiri ni ayika ilu
A difa fun gbogbo awọn mẹrin Emoso
Tani yio sokale lati orun wa si ile aye
Owo sọkalẹ
Awọn ọmọde sọkalẹ
Igbesi aye gigun sọkalẹ
Iṣẹgun sọkalẹ
Owo ati omo ni ẹwa
A ko le lẹwa laisi owo
Owo jẹ ẹwa pẹlu awọn ọmọde

Translation
Obaranla (Great Obara)
Obara move quickly
The vulture does not grow too old and die
The bat does not grow feathers
Shadows do not get bruised
The king does not wear slippers to stroll around town
Cast divination for all four Emoso
Who will descend from heaven to earth
Money descend
Children descend
119

Long life descend
Victory descend
Money and children are beauty
We cannot be beautiful without money
Money is beauty with children

Obara Oturupon

Awọn ikan ti pese sile fun ogun ṣugbọn ko lọ
òṣùmàrè abereyo si ọrun mysteriously
A difa fun Titiare
Omo Oba Oyo
Ẹniti nkigbe aini awọn ọmọde ti ko si ọmọ lati gbe lori ẹhin rẹ
Wọ́n ní kí ó pèsè owo eyo okòó dín ní ẹ̀ẹ́dẹ́gbẹ́ta
Ó kọ̀, ó sì lọ ń wá àwọn ọmọ ní ìlú mìíràn
O rin irin ajo lo pade Ooni Alakan Eesuru
Ó bímọ, inú rẹ̀ sì dùn
Bi omo naa se dagba lo lo fi omo naa han baba re niluu Oyo
Ní ìdajì ọ̀nà, ejò bù ú, ó sì kú
A ranse si oba Oyo
Oba ilu Oyo dahun wipe ti Ooni ni oku na
Nigba ti won ranse si Ooni
O dahun pe ti Oba Oyo ni oku naa
Bí wọ́n ṣe fi Titiare àti ọmọ rẹ̀ sílẹ̀ nìyẹn títí tí wọ́n fi bẹ̀rẹ̀ sí í jíjẹrà
Ooni pinnu lati gba awọn egungun naa ki o si fi iyefun pupa kun wọn
jó àti orin àwàdà:
Kini yoo gbe mi?
Ẹwa yoo gbe ọmọ rẹ rọra
Lati igba naa, Ọmọ-binrin ọba Ọyọ ko fẹ Ooni

Translation
Termites prepared for war but did not go
Rainbow shoots to heaven mysteriously
Cast divination for Titiare
The princess of the King of Oyo
Who is crying of lack of children and no child to carry on her back
She was asked to offer 480 cowries
She refused and went in search of children in another town
She journeyed to meet the Ooni Alakan Eesuru
She gave birth and rejoiced

As the baby matured she went to show the child to her father in Oyo
Half way down the road, she was snake-bitten and died
A message was sent to the king of Oyo
The king of Oyo replied that the corpse belonged to Ooni
When they relayed the message to Ooni
He replied that the body belonged to the King of Oyo
This was how Titiare and her baby were left until they began decomposing
Ooni decided to collect the bones and paint them with red chalk
dancing and singing in jest:
What will carry me?
Beauty will carry your baby gently
Ever since then, the princess of Oyo never marries Ooni

Obara Otura

Obara kọ Otua silẹ
Ogun wa ninu yara won
Awọn ilẹkẹ n jo
Oko naa n jona
A wò ni oko ati ki o so wipe ko si adanu
Njẹ a ko mọ pe a wa ni kiko ki a ma ba ni ibanujẹ bi?
Ilé náà jóná, ajá náà sì jóná
A beere boya nkan kan wa
A dahun pe ko si ohun ti o padanu
Eyi jẹ ẹtan
Gbogbo nitori a ko fẹ lati lero ẹru nipa awọn ipo
A difa fun ẹnikan ti o sofo kanga larin ọganjọ
O si salaye pe oun n ṣe e lati inu ongbẹ
Ṣugbọn ṣaaju ki o to de kanga naa ti dina
Wọn ní kí wọn fún un ní ọfà mefa tó lágbára, àwọn kan kó sì gbé wọn lọ síbi kanga
Bí ó bá pàdé ènìyàn nítòsí kànga ní àárín òru
Oun ni eni buburu ti di kanga

Translation
Obara divorces Otua
There is a war in their bedroom
The beads are burning
The farm is on fire
We looked at the farm and claimed no loss

Don't we know we're in denial so that we do not feel bad?
The house burnt down and the dog burnt with it
We are asked if there is anything lost
We answer that nothing is missing
This is being deceitful
All because we do not want to feel terrible about the situation
Cast divination for someone that empties wells in the middle of the night
And explains he is doing it out of thirst
But before He arrives the well has been blocked
He was asked to offer 6 strong arrows, a net and take them to the well
If He meets a person near the well in the middle of the night
He is the wicked one that has blocked the well

Obara Irete

Oteere omi ontaji
Afakale egboro
A difa f'Orunmila
Lojo naa ni gbogbo Irunmole pe ipade nile re
Wọn ń sọrọ òfófó lẹ́yìn rẹ̀ pé: "Níbo ni ẹni burúkú yìí yóò ti rí oúnjẹ tí yóò fi bọ́ wa?
Irunmole maa n pade lori eto iyipo
Ẹnikẹni ti o ba gbalejo ipade gbọdọ pese fun ajọ
Orunmila l'o wa
O bẹrẹ si gbọ awọn agbasọ ọrọ nipa ailagbara rẹ lati pese ounjẹ
Orunmila gbo eyi sugbon o dake
Ní ọjọ́ ìpàdé náà ọba ìlú náà ṣàìsàn
O ranse si Orunmila lati se afose
Òrúnmìlà lo bèèrè igba iṣu, igba àwo obè, igba igo waini fún ìrúbọ.
Ṣaaju ki o to pari ibeere rẹ, awọn nkan naa ti wa fun u
Orunmila yara mu ogorun nkan ti kookan, o fi wọn ran iyawo re nile
Lati je Irunmole ki o to de
Ẹnu ya àwọn Irunmole nígbà tí wọ́n rí ọ̀pọ̀ oúnjẹ
Lẹ́yìn tí wọ́n ti jẹun tán tí wọ́n sì mu yó
Gbogbo wọn ti mu yó
Nigbati Orunmila de ile pelu ounje to ku
Ó sì ń bá a lọ láti máa bọ́ wọn títí tí wọn kò fi lè jẹun mọ́

122

Bayi ni Orunmila bere si n ta won ni ikun won, o si n fi won se yeye

Ó ń kọrin bí gbogbo wọn ti ń bì:

Ògún ńbì, ahhhhhh!

Ògún ńbì, ahhhhhh!

Ògún ńbì owó, ahhhhh!

Ògún ńbi ìlèkẹ́, ahhhhhh!

Ògún ńbi ìlèkẹ́ ilé, ahhhh!

Ogun n yo, ahhhh!

Bayii ni Orunmila se bere si n ta Ogun si inu re

Titi ti Ogun yoo fi pari gbogbo iṣu iṣu ti a fi npa

Bakanna owo ati ileke l'ori iṣu ti Orunmila ko

Bakan naa lo tun se fun Obalufon ati Irunmole to ku

Títẹ̀ wọ́n nínú ikùn wọn títí wọ́n fi ń pọ́n owó àti ìlẹ̀kẹ́

Ebi wọn yipada si owo, awọn ilẹkẹ, idẹ, idẹ, asiwaju, fadaka ati wura

Orunmila di olowo pupo

Translation

Oteere omi ontaji

Afakale egboro

Cast divination for Orunmila

On the day all Irunmole convened a meeting at his house

They gossiped behind his back saying: where will this wretched being find food to feed us?

The Irunmole usually meet on a rotational schedule

Whoever hosts the meeting must provide for the feast

It was Orunmila's turn

He began hearing rumors about his inability to provide food

Orunmila heard this but kept quiet

On the day of the meeting, the king of the town fell ill

He sent for Orunmila to perform divination

Orunmila went and requested 200 yams, 200 bowls of soup, and 200 bottles of wine for the offering

Before he finished his request, the items were made available to him

Orunmila quickly took 100 pieces of each item and sent them home to his wife

To feed the Irunmole before he arrived

The Irunmole were surprised when they saw the abundance of food

After they finished eating and drinking lavishly
All of them were intoxicated
When Orunmila reached home with the rest of the food
He continued to force feed them until they could not eat anymore
So Orunmila began kicking them in their bellies and making jest of them
He was singing as they were all vomiting:
Ogun is vomiting, ahhhhhhh!
Ogun is vomiting, ahhhhhhhh!
Ogun is vomiting money, ahhhhh!
Ogun is vomiting beads, ahhhhhh!
Ogun is vomiting ileke beads, ahhhhh!
Ogun is vomiting, ahhhhh!
This is how Orunmila began kicking Ogun in his stomach
Until Ogun finished vomiting all of the pounded yam
Also money and beads on top of the yams which Orunmila collected
He also did this to Obalufon and the remaining Irunmole
Kicking them in their bellies until they vomited money and beads
Their vomit transformed into money, beads, brass, bronze, lead, silver and gold
Orunmila became exceedingly rich

Obara Ose

Eku pariwo lekan
Eyi ni ohun ti ẹja naa sọ fun Opeere
Tani yoo ko Ifa l'odo Ọrunmila
O si mu owo eyo ojì-lé-nígba pẹlu rẹ
Nigbati o pade Orunmila
Orunmila ko o leyi: Obara niyi. Eyi ni Ose
Opeere sọ pé: Mo ti mọ. Mo ti mọ rẹ
Ní ọjọ́ keji, ó jókòó ní ẹgbẹ́ ọ̀nà
Nigbati iyawo Orunmila n lo si oja
O fi agbara mu iyawo Orunmila san owo eyo ojì-lé-nígba
Nigbati Orunmila gbo eleyi nile
O ni: To. O jẹ itiju
Opeere ko ni mo oore Obarawose. Lailai

Translation
Rat shouts once
124

This is what the fish cast for Opeere
Who was going to learn Ifa from Orunmila
He brought 240 cowries with him
When he met Orunmila
Orunmila taught him like this: This is Obara. This is Ose
Opeere said: I've known it. I've known it
On the second day he sat on the roadside
When the wife of Orunmila was going to the market
He forcefully made Orunmila's wife pay him 240 cowries
When Orunmila heard about this at home
He said: Enough. It is disgraceful
Opeere will never know the favor of Obarawose. Ever

Obara Ofun

Ẹniti o jẹ ti ko si fi onjẹ fun alufa
Obarafun yoo se abewo si ile re
Alagboya Obarafun je iṣu kiun pelu re lainitiju
Obarafun was cast for Orunmila
Ni ojo ti omo Olofin ni orififo
Gbogbo Irunmole so pe o ni ko ku
Pelu gbogbo akitiyan Irunmole, omo naa ku
Olofin binu
Ó gé orí ọmọ náà
Ati ki o jinna pẹlu rẹ
Olofin ran gbogbo Irunmole
Lati wa ba a jẹun
Orunmila mu Iponri re lere Ifa
Wọ́n sọ fún un pé kó pẹ́ débi ayẹyẹ náà, kó sì yàgò fún oúnjẹ
Gbogbo Irunmole ti de o jeun
Ọrunmila nikan ni ko jẹun
Olofin so wipe laarin gbogbo awon Irunmole
Òrúnmìlà ni Òrìsà kan soso lo ye kí a sìn
O ni gbogbo awon Irunmole to ku ni asan
Ó sì sọ fún wọn pé kí wọ́n lọ

Translation
Whoever eats and does not give food to a priest
Obarafun will visit his house
Bold Obarafun eats pounded yam with you unashamedly
Obarafun was cast for Orunmila
On the day that Olofin's child had a headache

All the Irunmole said He would not die
Despite all the Irunmole's effort, the child passed away
Olofin was furious
He cut off the child's head
And cooked with it
Olofin sent for all Irunmole
To come and eat with him
Orunmila took his Iponri to ask Ifa
He was told to arrive late to the party and to abstain from food
All the Irunmole arrived and ate
Only Orunmila did not eat
Olofin remarked that among all the Irunmole
Orunmila is the only Orisa worthy of being worshipped
He said all the rest of the Irunmole were worthless
And told them to leave

OKANRAN MEJI

Òkànràn kan níhìn, Òkànràn kan ló hún Òkànràn di méjì di ire.
A dífá fún Ọmú nígbàtí wó n ti lọ s'áyà ọkùnrin.
Ọkùnrin gùn igi; wó n lọ jagun.
Ọmú kò n'ísimi.
Ẹbọ l'a ní kí wó n wá ṣe. Wó n gbó.; wó n rúbọ.
Nígbàtí Ọmú rúbọ tán, wó n lọ s'áyà obìnrin.
Obìnrin kò gùn igi; wó n kò lọ jagun.
Ọmú n'ísimi. Nígbèhìn,
Ọmú rí iyì àti ìyìn.

Translation
Òkànràn here, o Òkànràn over there - Òkànràn becomes two to become good fortune.
Ifá divination was performed for Breasts when they had gone to the chest of men.
Men climbed trees; they went fighting wars.
Breasts did not have tranquility.
They were told they need to offer Ebo. They heard and they offered ẹbọ.

When Breasts had done ẹbọ completely, they went to the chest of women.
Women did not climb trees; they did not go fighting wars.
Breasts had tranquility.
Breasts saw honor and praise.

2nd Verse
Se eni ti Orunmila le
Ni ojo ti o ru amotekun si Ori re.
Won ni ki o ru calabash kan, owo eyo ẹgbẹ̀wá ati ajuwon kan
Ó gbọ́ nípa ẹbọ náà, ó sì ṣe é
Gbogbo Irunmole yoku ko lati pese
Wọn sọ pe wọn yoo funni ni kete ti wọn ba de agbaye
Irunmole fi Orunmila sile

Orunmila duro o si se ebo
Bi awon Irunmole se s'oju aye
Wọn bá àmọ̀tẹ́kùn kan lójú ọ̀nà wọn
Amotekun bẹrẹ si jẹ Irunmole, ọkọọkan titi o fi jẹ gbogbo wọn
Orunmila ba bere irin ajo re sinu aye
Sugbon ki o to pade amotekun, ojo ojiji bere
Eyi ni ko je ki Amotekun ma bale loju ona Orunmila
Orunmila bayii ri ona abayo
Ni igba die, ti Orunmila fere wo ile aye
Ojo ojiji duro
Amotekun pada si ọna atilẹba rẹ
O rùn bi ẹnipe ẹnikan ti rin irin-ajo lọ
Amotekun bere si ro oorun na titi o fi de Orunmila
Bi Amotekun ti gbe le Orunmila leyin
Lẹsẹkẹsẹ, Ọrunmila da àwọn rẹ̀, o si di ẹkùn na
Ó yí àmọ̀tẹ́kùn náà sínú àwọn
Lẹhinna o gbe e si ori rẹ lati tẹsiwaju irin-ajo rẹ si agbaye
Bayii ni amotekun ti fo Orunmila le ori re
Àpá ẹtẹ́kẹ́tẹ́ nìyí tí a ń rí lára Ikin lónìí

Translation
Is the one Orunmila cast
On the day he offered a leopard to his Ori (head)
He was asked to offer one calabash, 2000 cowries, and one ajuwon
He heard about the offering and performed it
All other Irunmole refused to offer
They said they would offer once they reached the world
The Irunmole left Orunmila
Orunmila waited and performed the offering
As the Irunmole ventured toward the world
They met a leopard in their path
The leopard started to eat the Irunmole, one by one until it ate them all
Orunmila then started his journey into the world
But before he met the leopard, a sudden rainfall began
This deterred the leopard from crouching in Orunmila's path
Orunmila thus found safe passage
In short time, when Orunmila almost entered the world
The sudden rain stopped
The leopard returned on its original path
It smelled as if someone had traveled along the trail

128

The leopard began to track the smell until it finally reached Orunmila
As the leopard moved to pounce on Orunmila from behind
Immediately, Orunmila threw his net and trapped the leopard
He rolled the leopard within the net
He then hoisted it upon his head to continue his journey into the world
This was how the leopard scratched Orunmila on his head
It is this scar from the leopard's paw that we see on Ikin today

Verse 3

Okanran Meji
Okanran kan nihiin,
Okanran kan lohīïn,
Okanran di meji,a dire
A difa fun Sango Oluoorojo,
'Bambi, omo Arigboota-segun.
Nigba tin nlo gboya niyawo.
Aya roro joko lo o,
Aya roro joko lo.
Oya lo roro ju Sango
Aya roro joko lo.

Translation

When we see Okanran this way,
And we see another Okanran that way,
The signature is that of Okanran Meji which means good luck.
Ifa divination was performed for Sango,
also called olïðorojo. 'Bambi,
offspring of those who use two hundred
thunderstones to defeat their enemies.
when he was going to marry Uya as a wife.
The wife is more powerful than the husband.
The wife is more powerful than the husband.
Oya is more powerful than Sango.
The wife is more dangerous than the husband.

Okanran Ogbe

Opa teere sori jiwajiwa
A difa fun Aja
129

Tun fun fo nigbati awọn meji ti wọn wà ọrẹ
Ajá ní kí eṣinṣin kí ó yá òun lówó kí ó fi fún Ọnà
Ona ko le san owo naa pada
Nigbati Aja de ile
Wọn sọ fún un pé Ọnà lọ sí ìlú Òwu
Niwon lẹhinna, awọn eṣinṣin bẹrẹ si pa awọn aja
Eyi ni idi ti awọn aja fi bẹrẹ si lo awọn ika wọn lati fa eti wọn nigba ti wọn n sọ pe:
Onana lo si Owu-wu-wuu
Ṣugbọn awọn fo foju kọ awọn aja ati tẹsiwaju jijẹ eti wọn lakoko ti o n dahun:
Lati ọdọ rẹ ni Emi yoo gba owo mi

Translation
Opa teere sori jiwajiwa
Cast divination for Dog
Also for flies when the two of them were friends
Dog asked flies to borrow him/her money to give to Ona
Ona was unable to repay the money
When Dog reached home
They told him/her that Ona went to the town of Owu
Since then, flies began pestering dogs
This is why dogs started to use their claws to scratch their ears while saying:
Ona went to Owu-wu-wu-wuu
But flies ignore dogs and continue biting their ears while responding:
It is from you I will collect my money

Okanran Oyeku
Okanran Oyeku oluso orun
Erin gbekele ola
Ati Aroni gbekele lori lagbara ẹwa
Ifa's message for Adagolojo
Nigbati o wa ni isin labẹ Etu, Ẹran
Won gba a niyanju lati pese ebo
O ṣe
Laipẹ ni a ri Erin
Erin nigbawo lo di oke?

Translation
Okanran Oyeku the watcher in heaven
The Elephant relies on honor
And Aroni relies on strong charms
Ifa's message for Adagolojo
When he was in servitude under Etu, the Antelope
He was advised to offer ebo
He complied
It is fleetingly that we saw the Elephant
Elephant when did you become a hill?

Okanran Iwori

Okanranwori
Alufa ti Olooreagbon
A difa fun Olooreagbon
Olooreagbon ni ki o fi owo eyo okòó dín ní ẹẹdẹgbẹtaati awo amo meji
Ó gbọ́ nípa ẹbọ náà, ó sì ṣe é, ó sì sọ pé:
Maṣe, iwọ yoo jẹ itiju
Iwaju rẹ yoo wu ọ
Ẹyìn rẹ yoo wu ọ
A ko ni mọ iwa lẹhin rẹ

Translation
Okanranwori
The priest of Olooreagbon
Cast divination for Olooreagbon
Olooreagbon was asked to offer 480 cowries and two clay plates
He heard about the offering and performed it and said:
Never, will you be disgraced
Your front will please you
Your back will please you
We will never know character behind you

Okanran Odi

· Okanrandidiidi
A difa fun Owú
Ni ọjọ ti o nlo si idanileko alagbẹdẹ kan
Wọ́n ní kí owú ṣe ọrẹ fún ìbínú gbígbóná janjan
Ki o le gbadun iṣẹ ọwọ rẹ

131

Owú kọ lati ṣe ẹbọ Okanran-idin-din-din-din
Lati igba naa ni awọn ọmọ Owu ti wa ni ẹru pupọ

Translation
Okanrandidiidi
Cast divination for Jealousy
On the day He was going to a blacksmith workshop
Jealousy was asked to perform an offering for hot temperedness
So that He could enjoy the work of his hands
Jealousy refused to perform the offering of Okanran-idin-din-din-din
Since then Jealousy's children are terribly grumpy

Okanran Irosun

Okanrankosu
Emi ko ni aniyan nipa wiwo awọn oṣó
Mo ti le bikita kere nipa awọn witches' starju
Awọn irugbin ti ata alligator ṣubu lati isalẹ rẹ
Oburo yole
Nibo ni Oburo yoo ṣubu lati ti kii ṣe isalẹ ti ata Alligator?
A difa f'Oluweri Ajeti Aye
Bi a ko ba ri omi lori ile aye
Ko si ohun ti yoo jẹ aṣeyọri
Nítorí náà, kò sí ọjọ́ tí èèwọ̀ náà kì í jáde

Translation
Okanrankosu
I am unconcerned about the sorcerers' gaze
I could care less about the witches' stare
Seeds of alligator pepper fall from its bottom
Oburo (alligator pepper seed) yole
Where will Oburo fall from if not the bottom of Alligator pepper?
Cast divination for Oluweri Ajeti Aye
If we do not find water on earth
Nothing will be successful
Therefore, there is no day in which the calabash does not come out

Okanran Owonrin

Boya o ṣe rere tabi rara jẹ fun anfani tirẹ
A difa fun eke, ọmọ Alara
Boya o ṣe rere tabi rara jẹ fun anfani tirẹ
A difa fun enia buburu ọmọ Ajero
Òtítọ́ inú lọ́hùn-ún ń mú ìtẹ́lọ́rùn wá ju irọ́ lọ
Cast divination for Ifarinu ti o jẹ ọmọ Ọrunmila
Ifarinu nikan lo n tele ase Ifa
Ifa mọ ilera rẹ
Ilẹ̀ mọ àwọn eniyan burúkú
Olodumare mo awon to nse rere.

Translation

Whether you do good or not is for your own benefit
Cast divination for the liar, the son of Alara
Whether you do good or not is for your own benefit
Cast divination for wicked the son of Ajero
The inner truth bring satisfaction more than lies
Cast divination for Ifarinu who is the son of Orunmila
Only Ifarinu follows the injunctions of Ifa
Ifa knows your health
The earth knows the wicked
Olodumare knows those who do good.

Okanran Obara

Okanran obara
Okanranbara
Àlùfáà erin
A difa fun erin
Bákan náà, sọ àsọtẹ́lẹ̀ fún kìnnìún
A bi awpn mejeji leere pe tani nwpn o foribale fun?
Kiniun so wipe ko si eniti oun yoo teriba fun afi erin
Erin so wipe ko si enikan ti o maa teriba fun afi awon oke nla
Nitorina nigbakugba ti o ba ri erin o yẹ ki o ma pe Oke nigbagbogbo!
Erin meji, amọ ibilẹ mẹrin, ati igbin merin le logun ni erin naa fun
Kìnnìún náà fi igba ẹran ọ̀sìn, ehin olobe rúbọ.
O si da wọn pọ lati mu
Lati igba naa ito rẹ n tọju awọn ẹranko miiran kuro ninu igbo

Translation

Okanranbara
The priest of the elephant
Cast divination for the elephant
Also cast divination for the lion
They were both asked whom they would ever bow down to?
The lion said there is no one that He would ever bow down to
except for the elephant
The elephant said there is no other one He would ever bow down
to except for the mountains
Therefore whenever you see an elephant you should always call
Oke! (Mountain!)
The elephant offered 2 rats, 4 traditional mortars, and 24 snails
The lion offered 200 cowries, ehin olobe (type of plant)
And mixed them together to drink
Ever since then his urine keeps other animals away in the bush

Okanran Ogunda

Ọwọ kan ni a lo lati yan Ọlọrun kan
A mu ile ni opopona apata ati awọn ti o di alagbara kan Adaparọ
A ti yi Ògún s'ile l'oko o di Orisa
O di ẹmi
A so Peregun mọlẹ
O di ohun ti a sin
Bí a bá gbé ikòkò amọ sísàlẹ légbẹẹ Peregun
Ti eniyan ko ba ni igboya to, ko yẹ ki o laya ko ṣii
A difa fun isokan eniyan ti o wadi asiri Odu
Ati ki o padanu oju rẹ
Ni iṣesi onirẹlẹ, awọn ọmọde yẹ ki o wa sinu ile mi
Ẹbọ pẹlẹ ni a fi ń lo omi ìgbín fún
Ṣe ẹbọ ti pẹlẹbẹ

Translation
Ones hand is used to choose ones God
We brought home the road rock and it became a powerful myth
We rolled Ogun down home from the farm and it became an Orisa
It became a spirit
We tied down Peregun (an evergreen tree)
It became something we worship
If we place a clay pot face down next to Peregun
If one is not confident enough one should dare not open it

Cast divination for an uninitiated person who will pry into the secrets of Odu
And lose her sight
In a gentle mood, children should come into my household
It is the offering of gentleness, for which we use snail water
Perform an offering of gentleness

Okanran Osa

Eyan ko ni rilara
Ati abẹrẹ oogun lati di kikun
Èèyàn kì í bínú
Ati awọn ti ara ọrun
Oga eni ko le pe
Si esi ti ọkan ni o nšišẹ
A difa fun Orunmila
Tani yoo ṣe iṣowo pẹlu iku
Nkigbe pe oun kii yoo padanu
Wọn ní kó rúbọ
Nitorina gbogbo agbaye le ranṣẹ si i
Lati bẹbẹ fun wọn lodi si iku

Translation

One does not feel hunger
And inject medicine to become full
One does not become angry
And wring ones own neck
One's master cannot call
To a response that one is busy
Cast divination for Orunmila
Who is going to trade with death
Exclaiming he would not lose
He was asked to perform an offering
So the whole world may send for him
To plead on their behalf against death

Okanran Ika

Okanran kaawu kaawu
A difa fun alantakun
Eni to n rin lo si Oyo Ajaka

135

A beere lowo alantakun lati pese owo eyo egbesan ati sikafu ọrun
kan
Nítorí náà, yóò yẹ fún ọba nígbà tí ó bá dé
Alantakun kọ
Nigbati o de ilu Ọyọ ni wọn ṣe akiyesi ẹwa rẹ
Wọn ní àwọn yóò pè é ní ọba léyìn ọjọ́ márùn-ún
Ni ọjọ keji, Alantakun wọ aṣọ kan o si joko ni ipo ti o han laarin
awọn eniyan alantakun nki wọn pẹlu igberaga bi ọba: Ooku
Wọn le alantakun sinu igbo
Alantakun bẹrẹ si sọkun:
Ti mo ba ti mo Emi iba ti se ebo Kaawukaawu

Translation
Okanran kaawu kaawu (Weaving Okanran)
Cast divination for Spider
Who was traveling to Oyo Ajaka
Spider was asked to offer 1800 cowries and a neck scarf
So he will be fit for a king when he arrives
Spider refused
When he arrived in Oyo they noticed his beauty
They said they would pronounce him king in five days
On the second day, Spider wore a garment and sat in a visible
location among people Spider greeted them with pride like a king:
Ooku
They chased Spider into the bush
Spider started to cry:
If I had known I would have done the offering of Kaawukaawu

Okanran Otua

Okanran kọ Otua silẹ
Ogun bẹrẹ
Imọlẹ n bọ lati ọrun si ilẹ
Kini yoo da o duro?
Boya awọn igi tabi awọn eniyan ti o duro ni ọna rẹ
Yóo pa gbogbo wọn run
Ilẹ nikan ni o wa laaye
A difa fun ina
Tun fun itanna
Wọn ní kí àwọn méjèèjì fi aṣọ pupa rúbọ
Kí ẹnikẹni má bàa dúró ní ọnà wọn ní ọjọ́ ogun
Wọn kọ̀ láti rú ẹbọ náà

Translation

Okanran divorces Otua
War begins
Lightening is coming from the sky to the ground
What will stop it?
Be it trees or human beings that stand in its way
It will destroy them all
It is only the ground that survives
Cast divination for fire
Also for lightening
They were both asked to offer red clothes
So that no one can stand in their way on the day of war
They refused to perform the offering

Okanran Oturupon

Okanrantutu
Ina fihan awọn oniwe-agboya
Ṣugbọn ko le de isalẹ ti okun
Agbara oorun ko le kan isale adagun kan
A difa fun Serubawon
Omo Olokun jemiade
Tani a sọ fun lati pese ohun gbogbo ni igba
Serubawon ni won so fun wipe ko si eniti o ri opin re laelae!

Translation

Okanrantutu (cool Okanran)
The fire shows its braveness
But cannot reach the bottom of the ocean
The power of the sun cannot touch the bottom of a lagoon
Cast divination for Serubawon (scare them)
The child of Olokun jemiade (Olokun's praise name)
Who was told to offer everything in 200s
Serubawon was told no one would ever see her end, ever!

Okanran Irete

Okan yetutu yekete
A difa f'Ogun
O ti a beere lati pese owo eyo okòó dín ní ẹẹdẹgbẹta
Torí náà, ìyàwó rẹ̀ ò ní ṣẹyún

137

Ògún kó rúbo
Nigbati awọn agogo di kun fun afẹfẹ
Laiyara afẹfẹ ti jo jade
Ati pele

Translation
Okan yetutu yekete
Cast divination for Ogun
He was asked to offer 480 cowries
So his wife does not suffer a miscarriage
Ogun refused to perform the offering
When the bellows became full of air
Slowly the air leaked out
And flattened

Okanran Ose

Okanran tú kuro ijiya
Ijiya mu erin lọ sinu igbo
Ijiya mu ki efon lọ sinu awọn ile koriko
Ìjìyà ń mú kí aláǹtakùn yí wẹ̀ẹ̀bù rẹ̀ lórí omi
Olodumare, ma je ki n jiya
Ijiya ni osi ti o tobi julọ

Translation
Okanran pour away suffering
Suffering makes the elephant go into the bush
Suffering makes the buffalo go into the grasslands
Suffering makes the spider spin its web over water
Olodumare, do not let me suffer
Suffering is the greatest poverty

Okanran Ofun

Orunmila said: Eninyan Olofofo
Mo ni: Eniyan Olofofo
Orunmila ni: Enikeni ti o ba joko dakẹ ni ile ti o n woju
Ninu awọn ọran eniyan miiran ni ẹni ti o lọ sinu wahala
A difa fun Ọbẹ apofẹlẹfẹlẹ
O si ti a beere lati pese owo eyo ojì dín ní ẹẹ́dẹ́gbẹ́rin
Ati pe ko yẹ ki o wo inu awọn ọran miiran

138

Ṣugbọn apofẹlẹfẹlẹ ọbẹ kọ lati ṣe ẹbọ naa
O sọ pe: Emi yoo joko ni idakẹjẹ ni ile mi

Translation
Orunmila said: A Nosy Person
I said: A Nosy Person
Orunmila said: Whoever sits quietly at home peeking
Into another person's affairs is the one that runs into trouble
Cast divination for the Knife Sheath
He was asked to offer 660 cowries
And should not peek into other's affairs
But Knife Sheath refused to perform the offering
He said: I will sit quietly in my house
In a short time, they were dancing in front of his house
Knife Sheath said that He would peek at the dance through the window
As Knife Sheath peeked his/his head through, trouble cut it
Knife Sheath fell flat on the floor
They battled to save her life
But he perished
They said someone who sits down quietly to peek into other's affairs
Is what we call Knife Sheath

OGUNDA MEJI

Oore yipada si ibi
A difa fun Ọbọ
Tani a beere lati pese owo eyo okòó dín ní ẹ̀ẹ́dẹ́gbẹ́rún
Ki o ma ba padanu ẹmi rẹ nitori oore
Ọbọ gbọ nipa ẹbọ o si ṣe
Ni ojo kan, bi ọbọ koja
Ó rí àmọ̀tẹ́kùn kan nínú kòtò, tí kò lè gòkè lọ
Amotekun bẹbẹ fun ọbọ lati ran
Nítorí náà, ọbọ na tọ́ka ìrù rẹ̀ sí ẹkùn, ó sì mú àmọ̀tẹ́kùn náà jáde
kúrò nínú kòtò náà.
Sugbon Amotekun ko tu iru obo sile
Ọbọ na kigbe: Yeee, Yeee!
Esu de o beere fun won alaye
Awọn ọbọ salaye ara
Nigbana ni Esu ni ki Amotekun naa tun se
Bi amotekun ti n ṣalaye
Awọn ọbọ salaye ara
Nigbana ni Esu ni ki Amotekun naa tun se
Bi amotekun ti n ṣalaye
Esu ni: Rara, o ko ri ọbọ lo afarajuwe ọwọ lati salaye?
O nilo lati lo ọwọ rẹ lati ṣe alaye ara rẹ
Bi amotekun ti fi owo re se alaye
Ọbọ na wọ inu igi naa o bẹrẹ si kigbe ni oke igi naa si gbogbo
awọn obo kekere:
Oore ti yipada si ibi
Ojurere, oju rere, maṣe ṣe oore-ọfẹ lailai
Nigbati ọbọ de ile koriko
O bere lati korin:
Aanu mi, anu mi
Ni rọra, iru Agan ko kan ilẹ
rọra

Translation
Kindness turns into evil
Cast divination for Monkey

Who was asked to offer 880 cowries
So that she does not lose her life over kindness
The monkey heard about the offering and performed it
One day, as the monkey passed by
She saw a leopard in a ditch, who could not climb out
The leopard begged for the monkey to help
So the monkey pointed his tail toward the leopard an brought the leopard out of the ditch
But the leopard did not release the monkey's tail
The monkey screamed: Yeee, Yeee!
Esu arrived and asked them for an explanation
The monkey explained himself/herself
Then Esu asked the leopard to do the same
As the leopard was explaining
Esu said: No, didn't you see the monkey use hand gestures to clarify?
You need to use your hands to explain yourself
As the leopard clarified with his hands
The monkey jumped into the tree and started to cry out at the top of the tree to all little monkeys:
Kindness has turned into evil
Favor, favor, don't you ever offer favors
When the monkey reached the grasslands
She started to sing:
Pity me, pity me
Gently, the tail of Agan does not touch the ground
Gently

2nd Verse

Nipa ọpá rẹ, ina dudu, aarin mi.
Awọn iṣẹ rere ko lọ laisi ere
Awọn iṣẹ buburu ko duro laini aṣẹ
Awọn iṣẹ rere nigbagbogbo laisi awọn abajade ti o han le han bi pipadanu Awọn iṣẹ rere jẹ anfani, buburu kii ṣe
Ogun lọ lojiji
A difa fun ọbẹ
ní ọjọ́ tí ó ń lọ gbógun ti àwọn ọ̀tá rẹ̀.
Won ni ki o rubọ fun bibori.
Ó rúbọ.
Eyi ṣe oogun machete.

141

Translation

By your rod, black fire, center me.

Good deeds never go unrewarded

Evil deeds never remain unsanctioned

Constant good deeds without visible results may appear as a loss

Good deeds are beneficial, evil is not

Ogun went off suddenly

Cast Ifa for machete

on the day he was going to war against his enemies.

He was told to sacrifice for overcoming.

He made the sacrifice.

This made machete medicine.

Verse 3

Oparun ségé ségé awo inú oko

Is the one that cast divination for Olomo afehin ti gbegberegbe je Ogbon Obi

She was asked to perform an offering

They said before she finished eating thirty Kola nuts that his goodness will get to him

Olomo afehin ti gbegberegbe asked them to prescribe him/her an offering

They asked him/her to offer a rooster, a pigeon and thirty kola nuts

She was asked to use one kola nut everyday to take care of her Oke Iponri (head)

By the time she finishes eating all thirty kola nut, her blessing will come

The blessing that she expects and the one she does not expect will look for him/her

She started to dance and rejoice

She started to praise her Babalawo

Her Babalawo was praising Ifa

Ifa was praising Olodumare

She said it was exactly as her Babalawo used their mouths to praise Ifa

Oparun sege sege awo inu oko

Is the one that cast divination for Olomo afehin to gbegberegbe je Ogbon Obi

She said by the time he laid back to eat thirty kola nut he/her blessing arrived

Ogunda Ogbe

Agbalagba ń tẹ̀ lé e lọ sí ìrìn àjò
O tẹnumọ pe iwọ yoo gba ohùn ọrọ
Ogunda ko lagbara lati dawa nikan
Ogbe ni agba
Bẹẹ ni Ogunda ko ni jiya
Bẹ̀ẹ̀ ni Ògúnda kò ní fòyà tí Ọ̀gbẹ́ fi tẹ̀lé Ogunda lọ́nà
Awọn oluwoye wa lati fa ija
Ti won sope Ogundaborogbe (Ogunda covers Ogbe)
O dahun pe eyi ni orukọ ti ko tọ
Ògún ò lè gbé inú ilé nìkan
Ogunda ko le rin irin ajo fun ara re
Ogunda ko bori Ogbe
Irọ́ ni gbogbo rẹ̀
Bẹẹ ni ki Ogunda ko bẹru
Ti Ogbe ń tẹ̀ lé

Translation
An elder accompanies you on a trip
You insist you will accept the voice of wealth
Ogunda is not capable of venturing alone
Ogbe is the elder
It is so Ogunda will not suffer
It is so Ogunda will not be frightened that Ogbe followed
Ogunda on the journey
Observers sought to cause conflict
By saying Ogundaborogbe (Ogunda covers Ogbe)
She responded that this was the incorrect name
Ogun is not capable of living in the house alone
Ogunda is not capable of traveling all by himself/herself
Ogunda did not overcome Ogbe
It is all lies
It is so Ogunda is not afraid
That Ogbe accompanies

Ogunda Oyeku

Igi gbomgbo (club)
Fọwọkan ilẹ ki o fi ori rẹ di àwọ̀
Ewe Ogunrugburu bale le gbamkorogbamkoro

143

A difa fun Woru
Omo Eleduewe
Tani ko pese owo eyo ojì-din-lẹwá lélọ́ọ̀dúnrún
Woru gbo nipa ebo o si se
Ogba kan ni won fun Woru lati lu gbogbo awon opuro
Woru ni oruko ti a n pe ni Sango
Òpùrọ́ ni orúkọ tí a ń pè ní àgbò
Ṣe o ko ri bi Sango se pa awọn opuro kuro?
O ti wa ni Ologba ti a lo lati se imukuro opuro
Opuro, opuro
O ti wa ni Ologba ti a lo lati se imukuro opuro

Translation
Igi gbomgbo (club)
Touches the ground and sticks his head in dye
Ewe Ogunrugburu bale le gbamkorogbamkoro
Cast divination for Woru
The child of Eleduewe
Who was asked to offer 330 cowries
Woru heard about the offering and performed it
Woru was given one club to beat all liars
Woru is the name we call Sango
Liars is the name we call rams
Don't you see how Sango eliminates liars?
It is the club we use to eliminate liars
Liars, liars
It is the club we use to eliminate liars

Ogunda Iwori

A difa fun Ẹiyẹle
Ekun pe ko ni ọmọ
Ekun pe ko ni awọn ọmọde lati gbe
 Ti a beere pe ki o pese owo eyo
Ó gbọ́ nípa ẹbọ náà, ó sì ṣe é
Ó bẹ̀rẹ̀ sí bímọ
O mu awọn ọmọ rẹ jade o si kigbe pe:
Mo ti se ebo Ogundabiwori

Translation
Ogundawori

Cast divination for Pigeon
Crying of not having children
Lamenting of not having children to carry
She was asked to offer cowries
She heard about the offering and performed it
She started to give birth to children
She brought her children out and exclaimed:
I have done the offering of Ogunda bi wori

Ogunda Odi

Ogundadiigbin
Igun (iru igun) dun o di pá
Akala (iru igun) dun oni ogun gege orun
Omo araye nfi igbin baje
Lati lo omi alaafia re
Sibẹ aimọ nipa ijiya igbin
A difa fun ogede
Ki awon omo aye ma baa ku lowo ebi
Iku ge ori ogede
Ogede ti a nṣe fun ọpọlọpọ awọn ọmọde
Níwọ̀n igba kò ti lè jáwọ́ nínú jíjẹ́ aláàánú

Translation
Ogundadiigbin
Igun (type of vulture) played and became bald
Akala (type of vulture) played and developed goiter
Children of the world break the snail's butt
To harness its water of peace
Yet remain unaware of the snail's suffering
Cast divination for Banana
So that children of the world do not die from starvation
Death cut off Banana's head
Banana offered for many children
Since she could not desist from being merciful

Ogunda Irosun

Ogunda pa eran kan lati je
O si fi eje na lenu Irosun
Mo duro ati duro
Mo lọ si odo ati ki o dagba ga

Mo di oko
Mo ti di iyanilenu nipa ile kan
Mo di ipẹtẹ
A difa fun Lasiye
Wọn rán an lọ sí ìrìn àjò burúkú kan sí ọrun
Ogun, Sango ati Esu duro de Lasiye, won si n lu u loju ona
Igba Lasiye gbe bu si ori
Ọkọọkan wọn mú òdòdó kan fún ara wọn
Nítorí náà, ohun rere kì í pínyà
Eriwo
A lo odun kan gbin igba ti eriwo
A lo odun kan toju root eriwo
Odun kan la fi we ewe eriwo
Ohun rere ko ya o Eriwo

Translation
Ogunda slaughtered an animal to eat
And smeared the eje on Irosun's mouth
I waited and waited
I went to the river and grew tall
I became a farm
I became curious about a house
I became a stew
Cast divination for Lasiye
They sent him on an evil journey to heaven
Ogun, Sango and Esu waited for Lasiye and pummeled him/her on the way
The calabashes Lasiye carried broke on his head
They each took a calabash for themselves
Therefore, good things do not separate
Eriwo
We spent a year planting the calabash of eriwo
We spent a year caring for the root of eriwo
We spent a year cleaning the leaf of eriwo
Good things do not separate you eriwo

Ogunda Owonrin

Ogunda hanrinhanrin
A difa f'Olofin
Tani a sọ fun lati tọju aja nla kan fun ọsin kan
Nítorí náà, kò jẹ bẹẹ sínú kòtò tí a gbẹ fún un

146

Meta ninu awọn arakunrin baba rẹ ni ija fun akọle kan
Wọn wéwèé láti jókòó sórí àkéte tààràtà lórí kòtò kan
Olofin ti se ebo
Bi o ti nrìn pẹlu aja rẹ ti nlọ ni iwaju o si ṣubu sinu ihò
Awọn eniyan lẹhinna gbe idẹ si ọwọ Olofin
Wọn jó, wọn sì kọrin fún un pé:
Aragbamdu ge okun iku
Aragbamdu ge okun aisan
Olofin ni:
Emi ko ni jo si orin yi ayafi ti o ba lọ:
Jakun jakun jakun iku
Jakun jakun jakun arun.

Translation
Ogunda hanrinhanrin
Cast divination for Olofin
Who was told to keep a giant dog for a pet
So he would not plunge down a pit dug for him
Three of his paternal siblings were fighting for a title
They planned to sit them all down on a mat directly over a pit
Olofin had performed the offering
As he traveled along his dog moved in front and fell into the pit
People then placed brass in Olofin's hand
They danced and sang for him:
Aragbamdu cuts the string of death
Aragbamdu cuts the string of sickness
Olofin then said:
I will not dance to this song unless it goes:
Jakun jakun jakun iku (cut string, cut string, cut string of death)
Jakun jakun jakun arun (cut string, cut string, cut string of sickness)

Ogunda Obara

Ogunda gbon
Obara gbon
A difa fun Ako
Tani ko ni aaye ibalẹ lori ilẹ
Ako rin irin ajo pada si orun
Lati ba Olorun soro
Olorun aanu Ako

147

Ni ojo keji Olorun pe Ako
Olorun ge gbogbo irun Ako, o si fi chalk funfun ya Ako
Olorun so fun Ako pe ki o pada si ile aye lati de sori egun
Ako de aiye o si se bi Olorun se salaye
Ni owuro ojo keji ti gbogbo eniyan ji ni won ri Ako lori oke egun
Wọn bẹrẹ si ṣe ariwo
Wọn ń jó, wọn sì ń yọ̀ fún Ako
Awọn akiyesi:
Eyi ni Ako
Ako bere si korin:
Ako lọ daradara
Ako pada daadaa
Lati orun ni won ti ya Ako ni funfun ipo giga

Translation
Ogunda gbon (Ogunda is smart)
Obara gbon (Obara is smart)
Cast divination of Ako
Who did not have a landing place on earth
Ako journeyed back to heaven
To speak with Olorun
Olorun pitied Ako
On the second day Olorun called Ako
Olorun cut off all Ako's hair and painted Ako with white chalk
Olorun told Ako to return to earth to land on Masquerade
Ako reached earth and did as Olorun explained
The next morning when everyone awoke they saw Ako on top of
Masquerade
They began to make a commotion
They were dancing and rejoicing for Ako
The observed:
Here is Ako
Ako started to sing:
Ako went well
Ako returned well
It is from heaven that Ako has been painted the white of high rank

Ogunda Okanran

Ogundarakantan
Otin niwaju obo

Obo niwaju otin
O fese okunrin tele
A difa fun ijapa
O lo lati gba orukumo lowo iku
Ni ọjọ ipade ti a yàn
Iku ni ogun ti ipade iyipo kan
Ọjọ marun ṣaaju akoko ti a yàn, ijapa pade iku ni ọna
Ijapa kí iku: o ti oyimbo kan nigba
Ijapa sọ: Mo gbọ pe iwọ yoo gbalejo ipade ni ọjọ marun
Iku dahun: beeni, emi o si lo o ni ipade
Ijapa yara wa Babalawo re lati yago fun iku
Wọn yan ijapa gẹgẹbi ẹbọ
O gbọ nipa ẹbọ naa o si ṣe
Bí ó ti ń rìnrìn àjò lọ sí ojúbọ Esu
Ijapa ri Alapereku
Alapereku beere:
O yẹ ki o mu mi pẹlu iṣu lati jẹ
Ijapa dahun pe:
Emi, iku wo lo fe lo nibi ipade?
Ṣe o fẹ ki n fun ọ ni ẹbun?
Alapereku dahun:
Ti o ba fun mi ni iṣu, iku ko ni lo ọ ni ipade
Ijapa fun Alapereku iṣu je
Alapereku gba ijapa nimọran lati kọkọ de ipade naa
Nigbati Turtle de
Wọn fi agbọn bò ó
Iku de o si joko lori agbọn
Iku gba wole ni ayika fun ijapa
Nigbati iku ko le ri ijapa
O tafa ọfa lati wa ati pa a
Ofa naa pada o si de iwaju iku
Bakanna ni o ṣẹlẹ ni akoko keji ati kẹta
Eyi ni bi iku ṣe ṣubu lulẹ
Ijapa mu ọgọ lati iku lati lepa rẹ / lọ
Ijapa waye isegun

Translation
Ogundaraankantan
Otin niwaju obo
Obo niwaju otin

149

O fese okunrin tele
Cast divination for Turtle
She went to take orukumo (club) from death
On the appointed meeting day
Death was the host of a rotational meeting
Five days before the appointed time, Turtle met death on the way
Turtle greeted death: it's been quite a while
Turtle remarked: I heard you will host the meeting in five days
Death replied: yes, and I will use you in the meeting
Turtle quickly searched for her Babalawo to avoid death
They chose Turtle as the offering
She heard about the offering and performed it
As she traveled to Esu's shrine
Turtle saw Alapereku (death's basket weaver)
Alapereku requested:
You should present me with yams to eat
Turtle replied:
Me, who death wants to make use of at the meeting?
You want me to gift you yams?
Alapereku responded:
If you gift me yams, death will not use you at the meeting
The turtle gave Alapereku yams to eat
Alapereku advised Turtle to be first to arrive at the meeting
When Turtle arrived
They used a basket to cover him/her
Death arrived and sat on the basket
Death scoured around for Turtle
When death was unable to see Turtle
She shot an arrow to find and kill him/her
The arrow returned and landed in front of death
The same happened the second and third time
This was how death fell down
Turtle took a club from death to chase him/her away
Turtle achieved victory

Ogunda Osa

Ogunda ko ni ese fun ije
Osa kii rin lainidi
A difa f' Orunmila
Eni to n yo si Oke Igeti lati fi ara re pamo
Wọn ní kó rúbọ kí àwọn èèyàn má bàa rí i lójú ọnà

Orunmila lo silekun
Ko si eniti o wa si aye yi lati yago fun ifokanbale ti okan
iwo agba ile yi
O ko ni awọn ọmọde lati firanṣẹ si iṣẹ
O ko ni ọkunrin alaanu
O ko ni wa ni isokan to lati mu mi jiya
Ko ṣee ṣe

Translation
Ogunda does not have the legs for racing
Osa does not walk aimlessly
Cast divination for Orunmila
Who was venturing to Oke Igeti to hide himself
They told him to perform an offering so people do not see him on
the way
Orunmila went in seclusion
No one comes to this world to elude peace of mind
You, the elder of this house
You do not have children to send on an errand
You do not have a sympathetic male
You will not be united enough to make me suffer
It is impossible

Ogunda Ika

Arere eluju
A difa fun Agbonniregun
O ni: Gba Ikin. Gba Ikin sinu aye
Nwon ni: A o da Ikin sinu ina
O ni: Arere eluju
Ògún rìn s'ọ̀run
Ko pada si aye
Arere eluju

Translation
Arere eluju
Cast divination for Agbonniregun
He said: Take Ikin. Take Ikin into the world
They said: We will pour Ikin into the fire
He said: Arere eluju
Ogun traveled to heaven
151

He did not return to the world
Arere eluju

Ogunda Oturupon

Eja ngbe inu Omi
Awọn eku ko le duro nibẹ
Nibikibi ti eniyan ba baamu, ni ibi ti eniyan ngbe
Bí eṣinṣin bá ṣán nínú àwọn kan sun
Eni naa yoo yara fo soke
Ayafi ti o ti ṣegbé
A difa fun a igboya palm waini tapper
Tani o sọ pe ọrun ti igi-ọpẹ jẹ irọrun pupọ
Oun ko ni gun ori igi naa lẹẹkansi
Elegbara sọ fún ẹni tí ń tapa pé kí ó fi calabash kan lọ́wọ́ pẹlu owo eyo ojì lé ní ẹ́ẹ́dẹ́gbẹ́rin.
Ki oun ma baa lo lati ibi to dara si ipo buburu
Kò sẹ́ni tí yóò yọ okùn yíyí tí a fi ń gun Ope kúrò
Ko si eniyan kankan
Awọn eniyan ni iwaju ti a nṣe
Awọn eniyan ti o wa ni ẹhin kọ

Translation
Fish reside in Water
Rats cannot persist there
Wherever one fits, is where one lives
If a fly bites in ones sleep
The person will jump up swiftly
Unless she has perished
Cast divination for a bold palm wine tapper
Who claimed that the neck of the palm tree was so convenient
She would not climb down the tree again
Elegbara told the tapper to offer one calabash with 740 cowries
So that she does not go from a good place to a bad situation
No one will remove the twisted rope used to climb Ope
No one
The people in the front offered
The people in the back refused

Ogunda Otura

Awon ota meji gbon eyan kan
A difa fun Owu
Paapaa fun Emu di Irin
Owu ni Ògún jẹ́ ọ̀rẹ́ òun kan ṣoṣo
Emu jẹ ọrẹ timọtimọ pẹlu Irin titi o fi tẹle Irin sinu ina
Ni igba die, Ogun yoo bori gbogbo won
Àjà yóò ṣègbé
Awọn ada yoo lọ si ọrun
Emu ti o parọ
Yoo parun pẹlu gbogbo wọn
Eni to nse atileyin fun Ogun ao gbala

Translation
Two enemies ram one person
Cast divination for Owu
Also for Emu (clamp) holding Irin (hot iron)
Owu said Ogun was his only friend
Emu was close friends with Irin until he followed Irin into the fire
In short time, Ogun will overcome them all
The hoe will perish
The cutlass will go to heaven
Emu who tells lies
Will be destroyed with them all
The one in support of Ogun will be saved

Ogunda Irete

Agba Ifa
Agba agba, agba ati agba
O sọ pe ko le ṣiṣẹ
Iṣẹ ti o ṣe pẹlu agbara
Nigbati eto rẹ jẹ omi daradara
Ko yori si ọlọrọ
Bayi wipe o ti wa ni agbalagba
Ó fọ aṣọ rẹ̀ rọra
Ko si eniyan ti o fọ aṣọ ni iyara
A difa fun Obatala oseere igbo
Ọjọ ti ko ni yara mọ
Nwon ni ki Obatala rubo fun ibi isimi re

Translation
153

Aged Ifa
The elder aged, aged and aged
He said he was unable to work
The work he did with energy
When his system was well hydrated
Did not lead to richness
Now that he is aged
He washes his clothes gently
No person washes clothes in haste
Cast divination for Obatala oseere igbo
The day he will no longer rush
They told Obatala to offer for his resting place

Ogunda Ose

Ogundase
Àlùfáà obìnrin
A difa fun Ojuwa
Bakanna fun Amona
Nwon beere pe: Ase ti nrin lona
Tani yoo ni anfani lati paṣẹ rẹ?
Wọn ní: Gbogbo àwọn tí wọn ń lọ sí ogun ni kí wọn rúbọ isu ewura.
Amona ni a npe ni akọ
Ojuwa ni a n pe ni obinrin
Ni oṣu mẹsan, ẹda alãye ni iwọ yoo gbe jade
Nitorina, Ase ni omo obinrin ti aye
Ato l'omo orun

Translation
Ogundase
The priest of a woman
Cast divination for Ojuwa
Also for Amona
They asked: the Ase moving on the way
Who will be able to command it?
They said: All the men going to war should offer isu ewura (water yam)
Amona is what we call a male
Ojuwa is what we call a female
In nine months, it is a living being you will produce
154

Therefore, Ase is the female child of the world
Ato is the male child of heaven

Ogunda Ofun

Ogunda fohun
Folohun
Ti o ko ba fi pada fun eni to ni
Yoo gba lọwọ rẹ nipasẹ ijakadi lile
Yoo yọ kuro pẹlu iṣoro
Èmi kò fi ẹsẹ̀ ogun wọ ilé rẹ
A difa fun aririn ajo
Ẹniti o tẹrin ni ile olojukokoro
Ọgbọ́n ni mo fi ń kó àwọn nǹkan wọlé wọlé
Agbara ti o lekoko kii yoo yorisi ijagba aṣeyọri ti awọn nkan eniyan miiran
Emi ko fi ese ijakadi rin sinu ile re
Pẹlu awọn ẹsẹ ogun

Translation
Ogunda fohun (Ogunda give it)
Folohun (Give it back to the owner)
If you do not give it back to the owner
It will be seized from you through intense grappling
It will be removed with difficulty
I did not walk into your house with the feet of battle
Cast divination for a traveler
Who squats in a covetous persons house
It was wisdom that I used in bringing belongings into this house
Intense force will not lead to successful seizure of other people's items
I did not walk into your house with the feet of struggle
With the legs of war

Osa Meji

Osa on didan
A difa fun Onile
lojo ti o n wa oju omobinrin re
A ri Oju
Bayi a duro ni anfani
Bayi a ti ri ohun

Translation
Osa the shining one
Cast divination for the world (the Earth)
on the day she was looking for oju (eyes), her daughter
We found Oju
now we stand a chance
Now we have found what we lost.

Verse 2

Ori igi Iya ti o toju gbogbo.
Maṣe de lori lẹ pọ ki o di
A difa fun gbogbo ẹiyẹ
tí wñn gbé nínú igbó.
Won gba won niyanju lati pese ebo
Land on Iya igi
Maṣe de lori lẹ pọ ki o di
This was the Ifa cast for osin
tí ó wà nínú igbó
Ati tani yoo jẹ ọba ti awọn ẹiyẹ
Wọ́n gbà á nímọ̀ràn pé kí ó rúbọ ebo nítorí ìgbéraga àti jíjẹ́
aláìgbatẹnirò
O ṣe
Jọwọ, gbe sori igi Iya
Ati ki o ko lori lẹ pọ
Eye yangan ko ni di si lẹ pọ.

Translation

Land on Iya tree who cares for all.
Do not land on glue and get stuck
This was the Ifa cast for all the birds
who were living in the forest.
They were advised to offer ebo
Land on Iya tree
Do not land on glue and get stuck
This was the Ifa cast for osin
who was living in the forest
And who shall be made the king of birds
He was advised to offer ebo due to arrogance and being inconsiderate
He complied
Please, land on Iya tree
And not on glue
An elegant bird does not get stuck to glue.

Verse 3

A difa fun Odu,
Obarisa, and Ogun
Nígbà tí wọ́n ń bọ̀ láti ọ̀run wá sí ayé
Odu ask " Olodumare,
Aye yii nibiti a nlọ,
Kí ló máa ṣẹlẹ̀ tá a bá dé ibẹ̀?"
Olodumare sọ pe wọn yoo ṣe Ileaye
Ki aye ma dara
O tun sọ pe ohun gbogbo ti wọn jẹ
lilọ lati ṣe nibẹ,
Oun yoo fun wọn ni ase, agbara ati aṣẹ
Lati ṣaṣeyọri rẹ,
Ki o le ṣee ṣe daradara
Odu iyanrin "Olodumare this earth where
a nlo,
Ogun l'agbara lati jagun
Obarisa si ni ase lati se ohunkohun
o fẹ lati ṣe,
Kini agbara mi?
Olodumare Ìwọ yóò jẹ́ ìyá wọn títí láé
Ati pe iwọ tun ṣe atilẹyin agbaye"
Olodumare, nigbana, o fun ni agbara
Nigbati o si fun u ni agbara, o si fun u
157

agbara emi ti eye.
Ìgbà yẹn ni ó fún àwọn obìnrin ní agbára
ati aṣẹ ki ohunkohun ọkunrin
fẹ lati ṣe,
Wọn ko le ṣe aṣeyọri laisi awọn obinrin
Odu so wipe ohun gbogbo ti eniyan yoo
fẹ lati ṣe,
Ti wọn ko ba pẹlu awọn obinrin,
Kii yoo ṣeeṣe
Obarisa so wipe ki eniyan maa bowo
obinrin gidigidi
Nitori ti wọn ba bọwọ fun awọn obinrin nigbagbogbo, agbaye
yoo wa ni ọtun ibere
San homage fi iyi si awon obirin
Nitootọ, obinrin kan ni o mu wa wá
Ṣaaju ki a to di idanimọ bi eniyan
Ogbon aye je ti obinrin
Fun obinrin nigbana.
Nitootọ, obinrin kan ni o mu wa
wa sinu jije
Ṣaaju ki a to di idanimọ bi eniyan

Translation

Cast Ifa for Odu,
Obarisa, and Ogun
When they were coming from heaven to earth
Odu asked " Olodumare,
this Earth where we are going,
What will happen when we arrive there?"
Olodumare said that they were going to make
the world
So that the world will be good
He also said that everything that they were
going to do there,
He would give them the ase, power and authority
To accomplish it,
So that it would be done well
Odu sand "Olodumare this earth where
we are going,
Ogun has the power to wage war

158

And Obarisa has the ase to do anything
he wishes to do,
What is my power?
Olodumare and "you will be their mother forever
And you wall also sustain the world "
Olodumare, then, gave her the power
And when he gave her power, he gave her
the spirit power of the bird.
It was then that he gave women the power
and authority so that anything men
wished to do,
They could not do it successfully without women
Odu said that everything that people would
want to do,
If they do not include women,
It will not be possible
Obarisa said that people should always respect
women greatly
For if they always respect women greatly, the world
will be in right order
Pay homage give respect to women
Indeed, it is a woman who brought us into being
Before we became recognized as human beings
The wisdom of the world belongs to women
Give respect to women then.
Indeed, it was a woman who brought
us into being
Before we became recognized as human beings

Verse 4

To ju iwa ore mi
Ela a ma i lee nile ni
Wa a si ma ila ra eniyan
Ugbon iwa ni ba ni de seere
eefin niwa riru ni l ru
Erigi gb okeere niyi
Sugbon suura ni, la fi n mo e ni
Iwa ko ni fon iwa sile
Iwa o mo l'o n so mo loruku ai
Emo dora o ku iwa
Ara dora a ku a ai

B'eni yon lara ti ko niwa
O so dom ohun ribiriki
Iwa rere l'e o eniyan
Suuru Baba iwa Baba ire

Translation

Maintain your character, my friend
Honor can leave from the house of a person
Beauty can leave from the body of a person
A person's character will go with a person to the grave
Character is like smoke eventually it will rise to the surface
A person lives off in the distance in honor
But with closeness, we learn of a person actions
Character will not leave its owner alone
It is a child's character that gives a child its name
Even if the child seems fine there is still a need for character
Even if the body looks fine there is still a need for shoes
If a person seems fine but doesn't have character
He/She is missing something very valuable indeed
Good character is a person's bodyguard
Patience is the progenitor of character. Character is the progenitor
of blessing

Osa Ogbe

Osa n lu
Ogbe n jo
Àwọn méjèèjì bẹ̀rẹ̀ ìrìn àjò kan
A ko rii ẹnikẹni lati dahun
Ijó naa ti di ọkan ti wiwo sẹhin
Wọ́n ní kí Ògbẹ́ ṣe ọrẹ kí wọ́n má bàa jó jó kọjá ààlà rẹ̀
Omode lu ilu Esu fun Ogbe
Òwu kì í jó kọjá òwú
Ti owu ba jó koja, alayipo yoo fa pada
Ogbe kọ lati ṣe ọrẹ
Esu ko Osa lati lu ilu Esu
Ki Ogbe le jo koja oro re

Translation
Osa is beating
Ogbe is dancing
160

Both embarked on a journey
We did not see anyone to respond (i.e., in a call and response)
The dance has become one of looking back (i.e., wondering if others will participate)
Ogbe was asked to perform an offering to avoid dancing beyond her boundary
A child beat the drum of Esu for Ogbe
Cotton does not dance past the cotton spinner
If cotton dances past, the spinner will pull it back
Ogbe refused to perform the offering
Esu taught Osa to beat the drum of Esu
So that Ogbe would not dance past her fortune

Verse 2

Akioro awo ojugbe
Gangangugu lawo iju-kiju
Dia fun Orunmila
Nigbati awọn ẹiyẹ n wo iwa rẹ
Ebo ni won ni ko waa se
O gb'ebo, o ru'bo
Nje gbogbo eye lo nke loko
Iya mi e mohun mi o

Translation
Akioro is the awo of ojugbe
Gangangugu is the awo of iju-kiju
They cast Ifa for Orunmila
When the birds were watching his behavior
He was advised to offer ebo
He complied
All birds make sounds in the farm
But my Mother's know my own voice distinctively

Osa Oyeku

O sare yeerekuyeereku o pa erin kan ninu igbo.
O sare yeerekuyeereku o pa efon kan ninu oko.
Ní ọjọ́ kejì, kò sáré rọ̀ mọ́
A difa fun Olokun ajisemiadi
Ti ẹniti a yoo ri iwaju ṣugbọn ko ri i pada

Translation
161

O sare yeerekuyeereku (She ran limply, limply) and killed an elephant in the bush
O sare yeerekuyeereku (She ran limply, limply) and killed a buffalo in the field
The next day she did not run limply anymore
Cast divination for Olokun ajisemiadi
Of whom we will see the front but never see her back

Osa Iwori

Osa n wo
Iwori n wo
Ohunkohun ti a mejeji wo papọ jẹ kedere
A difa fun Agbonniregun
Tani yoo da ina osin ni Ile-Ife
Ina Agbonniregun ko ni ku

Translation

Osa n wo (Osa is looking)
Iwori n wo (Iwori is looking)
Whatever we both look at together is clear
Cast divination for Agbonniregun
Who will start the fire of osin in Ile-Ife
Agbonniregun's fire will never die

Osa Odi

Omi ninu apata hó
Omi lori orule drips
A difa f'On'ijado
Omo eni ti o fi eran nla je iṣu
Omo eni ti o fi epo pupa je esuru
Wọn ní kí ó rúbọ kí erin má baà kú
On'ijado ko
O k'esu ko Esu o k'o te Ifa l'oju
Nibo ni ile aye ti erin lati inu igbo yoo wa pa odidi Onijado kan ni aafin re?
Ni ojo keta, On'ijado ji, o we, o si rin kaakiri ilu
Ó padà wá sọ pé kí wọn gbé ìtẹ́ òun sórí balikoni ààfin
Nitorina o le gbadun afẹfẹ tutu
On'ijado sun

162

Bí erin ṣe ń kọjá légbèé eyín erin rè bọ́ sí imú On'ijado
Ohun aase la gbo ko gbo ti'ikere
On'ijado ku
Aburu ti ko rubọ
Awọn buburu ti ko tù
Erin wa sile lati pa On'ijado

Translation
Water in the rock boils
Water on the roof drips
Cast divination for On'ijado
The child of one who uses a big piece of meat to eat yam
The child of one who uses palm oil to eat esuru (type of potato)
He was asked to perform an offering to avoid death by an elephant
On'ijado refused
He underestimated Esu and refused to appease Ifa
Where on earth will an elephant from the bush come and kill a whole On'ijado in his palace?
On the third day, On'ijado awoke, bathed and strolled around town
He returned and said they should place his throne on the balcony of the palace
So he could enjoy the fresh air
On'ijado fell asleep
As an elephant passed by its ivory tusk fell on On'ijado's nose
Ohun aase la gbo ko gbo ti'ikere
On'ijado died
The evil of not offering
The evil of not appeasing
The elephant came home to kill On'ijado

Osa Irosun

The priest of Oluwo
A difa fun Oluwo
Nigbati Oluwo mura lati pilẹ ọmọ rẹ si Ifa
Oluwo wa lulu for osun laisase yori
Àkùkọ ní òun yó ṣe ojúgbonna
Oluwo yoo padanu nkankan iyebiye
Ọmọ kekere kan yoo wa fun ọ
Ti ọmọ ba titaniji rẹ ati pe o
O yẹ ki o tẹle

Translation

The priest of Oluwo
Cast divination for Oluwo
When Oluwo prepared to initiate his child into Ifa
Oluwo searched for osun powder unsuccessfully
The rooster said he would fulfill the role of ojugbonna (companion to hold osun)
Oluwo will lose something precious
A little child will find it for you
If the child alerts you and calls you
You should follow

Osa Owonrin

Osawonrinwonrin
A difa f'Agbe
Ton ji lale
Lati ba iyawo Olofin lase po
Wọ́n ní kó mú aṣọ funfun rẹ̀ wá
Agbe ko jale
O ni: Emi ki i ṣe iranse Olofin bi?
Ni igba die, Agbe subu sinu ikoko awo kan ni aafin Olofin
Olofin pese aro ni ikoko nla kan ninu gbongan rẹ
Olófin bá sin ìkòkò náà sínú kòtò
Agbe lailabawon
Ó yọ́ yíká ní alẹ́, ó sì ṣubú sínú ìkòkò náà
Aṣọ funfun rẹ di dudu
Agbe beere: Nibo ni mo ti fi eyi pamọ?
Agbe sare wo inu igbo o ke:
Ti mo ba mo, Emi iba ti se ebo Osawonrinwonrin
Ẹ jẹ́ kí a mú ọwọ́ wa kúrò nínú àwọn ohun àbùkù àtijọ́

Translation

Osawonrinwonrin
Cast divination for Agbe
Who awakens nightly
To have an affair with Olofin's wife
He was asked to offer his white outfit
Agbe refused
He said: Am I not an attendant of Olofin?
In short time, Agbe fell into a pot of dye in Olofin's palace

164

Olofin prepared dye in a big pot in his hallway
Olofin then buried the pot in a pit
Agbe was clueless
He crept around at night and stumbled into the pot
His white outfit became black
Agbe asked: Where do I hide this?
Agbe ran into the bush and cried:
Had I known, I would have performed the offering of
Osawonrinwonrin
Let us take our hands away from old disgraceful things

Osa Obara

Osabara muda
A difa fun ilu ti Saganun
Ogun pataki kan n bọ
Wọn ní kí wọn rúbọ
Wọn kọ
Ni igba diẹ, ogun pataki de
Saganun tuka
Won sare lo si Ibara

Translation
Osabara muda (Osabara takes sword)
Cast divination for the town of Saganun
One major war is coming
They were asked to perform an offering
They refused
In short time, the major war arrived
Saganun scattered
They ran to Ibara

Osa Okanran

Mo gbo ara mi
Nko ni ku mo
Ewe aibalẹ ti ṣubu

Translation
I shake my body
I will not die anymore
The leaf of worry has fallen

165

Osa Ogunda

Osa Eegunleja
A difa fun Ejo
Ni ojo ti o jiya, jiya ati jiya
Ejo so wipe oun yoo se ebo aisan
O beere fun Ejo lati pese aso re lodoodun
Bakannaa Ejo ye ki o funni lati yago fun pipa nipase awon eniyan lati ehin
Ejo se ebo aisan
O ko lati pese fun awon eniyan

Translation
Osa Eegunleja
Cast divination for Snake
On the day she suffered, suffered and suffered
Snake said she would perform the offering of sickness
The asked Snake to offer her outfit yearly
Also Snake should offer to avoid being killed by human beings from behind
Snake performed the offering of sickness
She refused to offer for human beings

Osa Ika

Osaka
A difa f'oja
Tun fun Ile
A beere Ile lati fi pakute kan, amo-lile kan, ati agutan kan rubo
Oja ye ki o tun pese ate igi kan ati ewure kan
Ile se ebo ati pe o se ojurere Ile ni akoko
Paapa ti Ile ba kere yoo ni igun merin
Oja ko lati se ebo naa
Awon ona abawole pupo wa si oja naa
Ti o ba kun ni osan
Sáájú òru, àwon ènìyàn yóò tú ká
Ti o ba kun ni ale
Saaju ki owuro owuro awon eniyan yoo lo
Oja ko ni igun
Oja ko ni igun

Osaka
Cast divination for Market
Also for House
We asked House to offer one trap, one mortar, and one sheep
Market should also offer one wooden tray and one goat
House performed the offering and it favored House in time
Even if House is small it will possess four corners
Market refused to perform the offering
There are several entrances into the market
If it's full in the afternoon
Before night people will scatter
If it's full at night
Before daybreak people will depart
Market does not have corners
Market does not have corners

Osa Oturupon

Ekiti gbingbin
Alufa igbo
A difa f'Oke (oke)
Nigba ti eniyan yika Oke lainidi
Wọn ní kí Ọkẹ́ rúbọ
Òkè gbọ́ nípa ẹbọ náà ó sì ṣe é
Lati igba naa, eniyan le ma bori Oke mọ
Osa otura
Osatua ni alufaa Ẹnu
Ni ọjọ ti Ẹnu wa larin awọn ọta ti ko le gbe
Wọ́n ní kí ẹnu ṣe ọrẹ
Ẹnu gbọ nipa rẹ o si fun owo eyo ẹgbàárin
Ẹnu lẹhinna di itọ
Ti nkan ti o gbona ba wo inu ẹnu
Ẹnu yoo rọ ati ki o fi itọ kun

Translation
Ekiti gbingbin
The priest of the bush
167

Cast divination for Oke (mountain)
When people circumambulated Oke relentlessly
Oke was asked to perform an offering
Oke heard about the offering and performed it
Ever since, people may no longer overpower Oke
Osa otura
Osatua is the priest of Mouth
On the day Mouth was in the midst of enemies and could not swallow
Mouth was asked to perform an offering
Mouth heard about it and offered 8,000 cowries
Mouth then became salivated
If something hot enters the mouth
The mouth will swish and swish with saliva

Osa Otura

Osa otura ni kinni n je Otito?
Emi naa ni kini n je Otito?
Ifa ni Otito ni Oluwo Orun tii da aabo bo ile aye .
Orunmila ni Otiito ni emi airi tii da aabo bo ile aye.
Orunmila ni Otito ni Ogbon ti Olodumare n lo.
Osa Otura tun ni kini n je Otito?
Emi naa tun ni kini n je Otito?
Orunmila ni Otito ni iwa Olodumare,
Otito nii oro ti kii ye laelae .
Ifa ni Otito ni oro tii ki baje laelae
Otito ni agbara to ju gbogbo agbara aye lo
Otito ni ibukun ayeraye .
Awon lodifa fun Orunmila baba n ti ikole orun bo wa si ikole aye
Olodumare ni ko Orunmila jise fun gbogbo omo araye ki won o ma so otito nigba gbogbo .
Ki omo ara aye maa se ohun tooto ni gbogbo igba
Sotito ,Sododo
Eni to so otito ni imole yoo gbe
Ara so Otito.
Ara so Ododo .
Eje ki a so Otito
E je ki a so Ododo
Eni sotito sododo ni Olodumare yonu si .

Translation
168

Osa otura ask what is Otito,truth?
I also ask ,what is Otito ,truth?
Ifa said Truth Otito is the hierophant in heaven that protects the world.
Orunmila declares that Otito,truth is the unseen force that protects the world,
Truth,Otito is the wisdom which Olodumare applies.
Osa Otura asks again,
what is Otito,truth?
I also say what is Otito, truth?
Orunmila declares that Otito is the character of Olodumare
Otito,truth,is the unchanging word
Ifa is Otito, the truth.
Otito ,truth,is the indestructible word
Otito ,truth is the power above all powers,
Truth,Otito is the everlasting blessings,
Cast divination for Orunmila
When coming from Heaven to this Earth
Olodumare calls all inhabitants of the world to always be truthful to each other at all times
Be truthful and honest
He who is truthful ,the Deities will support
Let us be truthful
Please us be honest
He who is truthful and honest shall be blessed by Olodumaare

Osa Irete

Ona yeye soro i rin
A difa fun asẹ
Tun fun Omi
Ore ni awon mejeeji
Wọn beere Omi lati gbe nibikibi ti o fẹ
Omi le gbe inu agbọn kan
Ṣugbọn Omi le ma duro pẹ ni asẹ
Lẹsẹkẹsẹ Omi fọwọkan asẹ, o ṣubu

Translation
Ona yeyeye soro i rin
Cast divination for Strainer
Also for Water
169

Both of them are friends
They asked Water to live wherever she likes
Water may reside in a basket
But Water may not remain long in Strainer
Immediately Water touches Strainer, it falls

Osa Ose

Osase orinse
Awọn ilana baba, ọmọ yoo tẹle
A difa fun ijapa
Ta ni yóò gbẹ́ iṣu ìbànújẹ́
Wọ́n ní kí ijapa ṣe ìrúbọ
Ki iṣu aburu ki o ma ba pin si ọwọ rẹ
Ijapa kọ o si yara lọ lati wa awọn iṣu ti osi
iṣu ti osi gbamu ni Turtle ká ọwọ
Ijapa sare sinu igbo
Iyara ko yorisi ohunkohun
Suuru ni baba iwa

Translation
Osase orinse
A father's patterns, the child will follow
Cast divination for Turtle
Who will dig yams of wretchedness
Turtle was asked to perform an offering
So that yams of wretchedness do not fragment in his hand
Turtle refused and went in haste to dig the yams of poverty
Yams of wretchedness bust in Turtle's hand
Turtle scurried into the bush
Haste does not lead to anything
Patience is the father of character

Osa Ofun

Osafu-Osafu-Osafu
A difa fun Orisa eti Igbo
Lojo ti Olodumare ran an lo si ile aye
Olodumare ni ki o yago fun ọti-ọpẹ
Nigbati o de o gbe ọti-waini
Awon afisofo fi owo won kan ile lati fi to Olodumare leti

170

Ni ojo karun, gbogbo Irunmole pade lati bu iyin fun Olodumare
Ògún gbé wáìnì ọpẹ wá
Orisa mu igba ti ogi funfun
Ó di igi ọpẹ kan sínú ìkòkò náà kí ó lè dàbí wáìnì ọpẹ
Ni igba diẹ, Olodumare de lati joko lori itẹ
Olodumare yara wo yika o si ri igba ni iwaju Orisa
Olodumare pe Orisa o ni: e fun mi mu oti ope
Orisa dahun: se suuru, Oluwa mi ateni gbeji
O da ogi o si fun Olodumare
Nigbati Olodumare dun o, Olodumare ni: Haa!
Ṣe ọti-waini ọpẹ yi?
Eyi ni nigbati Edun fo jade o sọ pe:
O sa fun u, osafunu-osafuu
Ki asubi baayun baawa tan

Translation
Osafu-Osafu-Osafu
Cast divination for Orisa eti Igbo (Orisa of side of the bush)
On the day Olodumare sent him to earth
Olodumare told him to abstain from palm wine
Upon his arrival he guzzled palm wine
Eavesdroppers used their hands to touch the ground to inform Olodumare
On the fifth day, all Irunmole met to honor Olodumare
Ogun brought his palm wine
Orisa brought a calabash of white custard
He stuck a palm frond in the custard so it would resemble palm wine
In short time, Olodumare arrived to sit on the throne
Olodumare quickly looked around and spotted the calabash in front of Orisa
Olodumare called on Orisa and said: give me some palm wine to drink
Orisa responded: Take it easy, Oluwa mi ateni gbeji (my God)
He poured the custard and gave some to Olodumare
When Olodumare tasted it, Olodumare said: Haa!
Is this palm wine?
This was when Edun (monkey) jumped out and said:
O sa fun u, osafunu-osafuu
Ki asubi baayun baawa tan

Ika Meji

Ika ni ẹsẹ akọkọ
Meji ṣe ẹsẹ keji
Bayi wọn jẹ meji ni agbaye ti nrin papọ
A Difa fun awọn ibẹru
Ni ọjọ kan wọn yoo ṣe atunṣe ọkọ oju omi naa
Wọn ní kí wọn rúbọ
Wọn ṣe
Wọn kii yoo jẹ ki ọkọ oju omi yipada
Ko fun igba pipẹ
Wa wo ohun rere ti ohun rere ti n ṣẹlẹ si mi.

Translation
Ika is the first leg
Meji makes the second leg
Now they are two in the world walking together
Cast divination for fears
one day they are going to fix the ship
They were told to make a sacrifice
They complied
They won't let the ship turn
Not for a long time
Come and see the good the good things happening to me.

Verse 2
Awọn nkan meji wa ti o lagbara lati bori ọkan
A difa fun Okunkun
Tani y'o bo ile, ti yio si bori aiye
Ẹnikẹni ti o wa laaye ti o sọ pe iku ko le bori
Ti wa ni irọ nikan
Tani ko mọ pe ni ipari
Iku bori ọkan?
Tani ko mọ?

Translation
Two things exist which are capable of overpowering one
Cast divination for Darkness

173

Who will cover the ground and overpower the world
Whoever lives and says death cannot prevail
Is only lying
Who is unaware that in the end
Death overpowers one?
Who does not know?

Ika Ogbe

Ikagbemi
Omo Olofin
Ikagbe ni a da fun omo Olofin
Ni ọjọ ti baba rẹ ku lati inu ilawọ
Àwọn ará ìlú dámọ̀ràn gbígbé ọmọ ẹlòmíràn jọba
Nit ootọ, wọn joko ọmọ ẹlomiran lori itẹ
Omo Olofin wo won ni ipakeje
Lehin o wa Orunmila
O bere lowo Orunmila pe: Ki ni mo se ki baba mi gba oye?
Ifa said: Opa mẹta ni ẹbọ
Ó gbọ́ nípa ẹbọ náà, ó sì ṣe é
Ki omo Olofin ju igi kan si aarin oja
Nigbati igele ba ti kun, o yẹ ki o ju igi kan si aarin
Nigbati wọn ba ṣẹda ọna tuntun, o yẹ ki o gbe igi kan si arin ọna
Nigbati oja ba kun Ikagbemi da igi kan o si lu alaboyun kan ni oja
Wọ́n gé òkúta, wọ́n sì rí ẹṣin kan nínú rẹ̀
Ikagbemi ju igi kan si inu Igele o si lu ẹṣin
Wọ́n ṣe abẹ́ rẹ̀, wọ́n sì rí ènìyàn kan nínú
Ìdàrúdàpọ̀ àti ìbẹ̀rù bo ìlú náà
Ikagbemi jade pelu igboya lati pade awon agbaagba ilu naa
O jẹwọ fun wọn pe: Emi ni Ikagbemi, ti o ṣe awọn iṣẹlẹ wahala wọnyi
Ilu yìn Ikagbemi: E seun, ti e ko ba so, tani iba mo?
Ati pe ti o ko ba ṣe, tani yoo mọ pe ẹṣin kan wa ninu eniyan
ati enia ninu ẹṣin?
Wọ́n mú un, wọ́n sì fi dé adé ọba
Awọn eniyan ṣe akiyesi:
Enikeni ti o ba ti se ibi sugbon Ika toju won, ni ki a maa pe ni Ikagbemi

Translation
174

Ikagbemi (Ika care for me)

The child of Olofin

Ikagbe was cast for Olofin's child

On the day his father died from generosity

The people of town recommended enthroning someone else's child

Truly, they seated someone else's child on the throne

Olofin's child observed them silently

Later he sought out Orunmila

He asked Orunmila: What do I do to receive my father's recognition?

Ifa said: three sticks is the offering

He heard about the offering and performed it

Olofin's child should throw one stick into the center of the market

When igele is full, he should throw one stick into the center

When they create a new path, he should place one stick at the middle of the road

When the market was full Ikagbemi threw one stick and hit a pregnant woman in the market

They performed an incision and saw a horse in her womb

Ikagbemi threw one stick inside Igele and hit a horse

They performed an incision and saw a human being inside

Confusion and fear overwhelmed the town

Ikagbemi came out boldly to meet the town's elders

He confessed to them: It is me, Ikagbemi, that has performed these troublesome events

The town praised Ikagbemi: Thank you, if you did not say it, who would have known?

And if you did not do it, who would have known there was a horse in a human being

and a human being within a horse?

They took him and crowned him as king

People remarked:

Whoever has done evil but Ika cares for them, is the one we should call Ikagbemi

Ika Oyeku

Ẹṣin ni Ori inu (ori inu)

Sugbon Ori inu re ko ni eti

Àgùtàn mọ ohun kan nínú inú rẹ̀

175

Ṣugbọn ko le ni oye ọgbọn inu rẹ ni kedere
Awọn ẹlẹdẹ ni o ni ohun akojọpọ owṢugbọn kii ṣe ju oinki oink
lọ
A difa fun alufa Meri Apala
Ní ọjọ́ tí kò ní àṣẹ láti sọrọ̀ láàrin àwọn àlùfáà
Wọ́n ní kí àlùfáà fi okòó dín ní ẹgbẹ́rin ẹran màlúù rúbọ
Àlùfáà náà ṣòwò ìyá rẹ̀, ó sì fi owó náà ṣe ọrẹ náà
Onimeri di Ifa otun ri Ogbewehin
Wọ́n ní àlùfáà kan ń bọ̀
Àlùfáà yìí yóò tún ìwà rẹ̀ ṣe

Translation
Horse has an Ori inu (inner head)
But its Ori inu does not have ears
Sheep knows something in its stomach
But it cannot clearly understand its stomach wisdom
The pig has an inner parable
But it's not more than oink oink
Cast divination for the priest of Meri Apala
On the day he has no authority to speak among priests
They asked the priest to offer 780 cowries
The priest traded his mother and used the money to perform the offering
Onimeri cast Ifa and saw Ogbewehin
They said a priest is coming his way
This priest will repair his character

Ika Iwori

Ikafunfun
Iworifunfun
A difa fun Iye
Tani yoo ji Agbe iyawo Osowusi
Wọ́n ní kí ó fi ìkòkò Adin kan rúbọ.
Ó gbọ́ nípa ẹbọ náà, ó sì ṣe é
Osowosi lepa Iye si oko
O si fi ofa re ta a si ori
Bẹ́ẹ̀ ni Iye lọ sí ilé Èṣù
Esu di iye Agbe sinu Adin
O si lo o lati aruwo Adin
Esu lo Adin lati toju egbo Iye
Ni ojo keji, Osowusi tun yin ibon si Iye si eti
176

Ọfà na wọ inu eti kan o si jade ti ekeji
Esu tun toju egbo yi
Lati igba naa, Iye n pariwo:
Mo gb'aya re

Translation
Ikafunfun
Iworifunfun
Cast divination for Iye
Who is going to steal Agbe, the wife of Osowusi
He was asked to offer a pot of Adin (type of coconut oil)
He heard about the offering and performed it
Osowosi pursued Iye to the farm
He shot him on the head with his arrow
So Iye went to Esu's shrine
Esu stuck the feather of Agbe into Adin
And used it to stir Adin
Esu used Adin to take care of Iye's wound
The second day, Osowusi shot Iye again in the ear
The arrow entered from one ear and came out of the other
Esu took care of this wound as well
Since then, Iye is screaming:
Mo gb'aya re (I took your wife)

Ika Odi

Ikadi
Ko gba laaye ologbo lati ni oro
Pẹlu awon ti o wa ni oko
Elegbara sọ pé:
Awọn ologbo ile, maṣe pọ
Ni ọjọ ti a fi ẹran silẹ
Ti o ba ji
Nigba ti a ba se ipẹtẹ to dara
Ti o ba ra
O ti wa ni aseju ohun
Jije nmu ko gba laaye oro ologbo
Lati di diẹ sii ju ti agbe lọ
Aṣeju ohun

177

Translation

Ikadi
Did not allow the cat to have wealth
Including those in the farm
Elegbara said:
House cats, do not be excessive
On the day we put meat down
If you steal it
When we cook a nice stew
If you swipe it
You are overdoing things
Being excessive does not allow the cat's wealth
To become more than the farmer's
Overdoing things

Ika Irosun

Moduro
Duro owo mi o to isin
Mobere
Bere owo mi o to isin
Agba kan agba kan loni
Kin dagbale yeke
Modagbale yeke tan isin wo si mi loju
Isin wo si mi lenu
A difa fun Ejika gogoro eleyii tio gbe Osun-un de igbo
Awo nio gbe awo dide
Ejika gogoro nio gbe Osun-un de igbo

Translation

I stoop up my hand doesn't catch the akee apple
I kneel down my hand doesn't catch the akee apple
I was told by one elder to prostrate once .
I prostrated and the akee apple fall down to my eyes and mouth,
Divined for giant shoulder
One who will uplift Osun (the Osun staff) into the Ifa groove,
It is an Awo that will uplift an Awo
It is a giant shoulder that will uplift an Osun into the Ifa groove

Ika Owonrin

Ika won'rin
Ika won'ku
A difa fun Anteater
Ẹni tí ó fidí múlẹ̀ láti gba oyè Onirogbo
Wọ́n ní kó rúbọ kí ó tó rìnrìn àjò
Ó gbọ́ nípa ẹbọ náà, ó sì ṣe é
Kí ó rúbọ kí wọ́n má baà sọ ọ́ sínú kòtò
Ika han ku difa fun Anteater
Tani yoo gba oyè Onirogbo
Ó gbọ́ nípa ẹbọ náà, ó sì ṣe é
Igi Atete
Bí ẹnikẹ́ni bá gun orí rẹ̀, wọn yóò ṣubú
Bi ẹnikẹni ba ṣubu, nwọn o ṣegbe
Ẹlòmíràn lẹ́yìn náà ni a ó fún ní àkọlé náà
Anteater joko lori igi
Ipè rẹ̀ fọn sókè:
Anteater rin lolanla ooo
Anteater rin lolanla ooo
Anteater rin lolanla ooo
Nígbà tó yá, Anteater gun igi náà lọ́lá
Awọn ọta ṣogo pe nigba ipadabọ rẹ Anteater yoo ṣubu
Anteater pada lolanla
Nigbati o de arin igi
Ipè tún fọn sókè:
Anteater, oni ao fun yin ni akole Onirogbo
Anteater pada lailewu lai ja bo
Nwọn si fun loye irukere
O juwo irukere si awon eniyan ikigbe won si nyo
Iya Anteater kigbe pe:
Iwowowo je mi tu wo'
Eniyan fesi: Yaaaa
O pe: Eru
Won dahun pe: Owo
O bere orin ki a tu egun loju
A tun gbodo tu Obaluaye loju
Kí àwọn ọ̀tá wa má bàa fi wá ṣe yẹ̀yẹ́
Awon omo wa o ni ku

Translation
Ika won'rin
179

Ika won'ku
Cast divination for Anteater
Who ventured to receive the title of Onirogbo
They asked him to perform an offering before he traveled
He heard about the offering and performed it
He should perform the offering so he is not dumped into a pit
Ika han ku cast divination for Anteater
Who is going to take Onirogbo's title
He heard about the offering and performed it
Igi Atete
If anyone climbs it, they shall fall
If anyone falls, they shall perish
Someone else will then be given the title
An anteater perched on the tree
His trumpeter blew loudly:
An anteater walks majestically ooo
An anteater walks majestically ooo
An anteater walks majestically ooo
In time, Anteater climbed the tree majestically
Enemies boasted that upon his return Anteater would fall
Anteater returned majestically
When he reached the middle of the tree
The trumpeter blew loudly again:
Anteater, today you will be given the title of Onirogbo
Anteater returned safely without falling
They gave him/her the chieftaincy horsetail
He waived the horsetail to people shouting and jubilating
Anteater's mother shouted:
Iwowowo je mi tu wo' (let me see it again)
People responded: Yaaaaaa
She called: Eru
They responded: Owo
She started singing that we should appease Masquerade
We should also appease Obaluaye
So that our enemies will not mock us
Our children will not die

Ika Obara

Ikabara
Eniti o fa igi soke
O ni: Emi ko lagbara lati fa igi kan tu
180

Nítorí náà, ó rán èfúùfù láti lọ pàgọ́ igi ńlá kan
O ni: Oun ko lagbara lati fa igi kan tu
Nítorí náà, ó rán àáké kan sí igi náà
Ika okanran
Ika kan kan kan epo ọpẹ
Gbogbo ika ni yoo kan

Translation
Ikabara
Who uproots trees
He said: I am not capable of uprooting a tree
So he sent the wind to displace a large tree
He said: He is not capable of uprooting a tree
So he sent an axe to the tree
Ika okanran
A single finger touches palm oil
All fingers will be affected

Ika Okanran

Ika Kankan
Okanran Kankan
Dia fun Akinbode, omo Aganbode ni'fe
Ebo ni won ni ko waa se
O koti ogbonhin sebo
O difa ole o muraa re o
Ojo mii, joomi
Ma ma difa ole fun won mo
O difa ole, o mura a re o

Translation
Ika Kankan
They cast Ifa for Akinbode the child of Aganbode in Ife
He was advised to offer ebo
He failed to comply
You cast of stealing
And you ended up catching yourself
Next time don't cast on stealing again
You cast Ifa on stealing and you ended up catching yourself

181

Ika Ogunda

Irora wọn ge bi giranaiti
Idunnu wọn tù bi a igbe tutu
Ti o agbodo kọ kan dídùn igbe tutu
Lati le gbe giranaiti lile mì?
A difa fun Akika, omo Onihanrangbon
Akika omo Onihanrangbon jowo je ki asiko Olufe dun
Akika omo Onihanrangbon

Translation
Their pain cuts like granite
Their pleasure soothes like a wet marsh
Who dare refuse a pleasant wet marsh
In order to swallow hard granite?
Cast divination for Akika, the child of Onihanrangbon
Akika, the child of Onihanrangbon please let the time of Olufe be pleasing
Akika, the child of Onihanrangbon

Ika Osa

Àlùfáà kan bímọ
Ọmọ naa ti kuÀlùfáà kan ṣòwò ó sì pàdánù
 O lo si oko
Ṣugbọn awọn ẹranko run awọn irugbin na
Ni igba diẹ
Àlùfáà náà sáré lọ sínú igbó láti gbé ara rẹ̀ kọ́
A difa fun Aare
Tani n jiya
Ifa sọ pé:
Ni ipari o yoo dara fun rẹ
Nitorina, ti kii ba ṣe kadara rẹ lati kú
Iwọ kii yoo kọja ninu ebi
Se ko mo, o yoo pade rẹ oro ni ipari
Ọmọ kekere kan fi ọwọ rẹ sinu ina
Ọmọ naa yara yọ ọwọ rẹ kuro
A difa fun Ìgbín ati eriali, ore ìgbín
Ojo ti igbin yoo ba Orisa wahala
Eran ao tan igbin tan lati sun ahon re
Ìgbín kọ̀ láti rúbọ
Mo wa sinu aye yi akọkọ
Èyí kò sọ ọ́ di alàgbà
182

Enikeni ti o ba ni ogbon inu
Yoo di baba ẹni
Ẹnikẹni ti o ba fun ni ọwọ
Yoo dagba si baba ti o dagba
A difa fun Kukute kukuru
Lori awọn ẹgbẹ ti ni opopona
Tani yoo gbin ewe lati isalẹ rẹ
Won ni ki Kukute pese
Nitorina, ṣe o ko mọ ni ipari pe igbesi aye dun Kukute
Ni ipari

Translation
A priest gave birth
The child passed away
A Priest traded and lost
He went to farm
But animals destroyed the crops
In short time
The priest ran into the bush to hang himself/herself
Cast divination of Aare
Who was suffering
Ifa said:
In the end it will be okay for him/her
Therefore, if it is not your destiny to die
You will never pass away from hunger
Don't you know, you will meet your wealth in the end
A small child stuck his hand into the fire
The baby quickly removed his hand
Cast divination for Snail and Antelope, the Snail's friend
On the day the snail will be in trouble with Orisa
The antelope will deceive the snail to burn his tongue
The snail refused to perform the offering
I came into this world first
This does not make you an elder
Whoever has inner wisdom
Will become one's father
Whoever gives respect
Will develop into an aged father
Cast divination for Kukute kukuru (tree stump)
On the side of the road
Who will grow leaves from its bottom

183

They asked Kukute to offer
Therefore, don't you know in the end that life pleases Kukute
In the end

Ika Oturupon

Gbenagbere
Omo Olofin
Tani a beere lati pese ake ati owo eyo ojì dín ní ẹẹdẹgbẹrin.
Lati gba ajesara lati awọn iṣoro rẹ
Gbenagbere gbo ebo o si se
Gbenagbere bẹrẹ si ṣe laisi abajade

Translation
Gbenagbere
The child of Olofin
Who was asked to offer an axe and 660 cowries
To obtain immunity from his problems
Gbenagbere heard about the offering and performed it
Gbenagbere began to act without consequences

Ika Otura

Ikatua
A difa fun Aparo
Ẹni tí ó ti ọrun wá sí ayé láti jànfààní nínú iṣẹ àṣekára àwọn
ẹlòmíràn
Wọ́n ní kí Aparo ṣe ọrẹ
Aparo gbo nipa ebo na o si se e
Aparo wo aye yii o bẹrẹ si jẹ awọn irugbin agbe
Ẹnu ya àgbẹ: Haa!
Aparo kigbe:
Mo ti ṣe ọrẹ ti Ikatua, Ikatua, Ikatua

Translation
Ikatua
Cast divination for Aparo (type of bird)
Who was coming from heaven to earth to benefit from other
people's labor
Aparo was asked to perform an offering
Aparo heard about the offering and performed it
Aparo entered this world and began eating a farmer's crops

184

The farmer was surprised: Haa!
Aparo exclaimed:
I've done the offering of Ikatua, Ikatua, Ikatua

Ika Irete

Ika eleku
Irete eleja
Ni ọjọ ti a pa ẹja
A agbo iru sinu ẹja ẹnu
A difa f'Olofin
Ẹniti a beere lati pese ẹja ayanfẹ rẹ
Ó kọ̀, ó sì tẹnu mọ́ ọn láti jẹ ẹja náà
Na nugbo tọn, e sè bo dù
Egungun lati inu ẹja ti gbe ni ọfun rẹ
Alaroo, alufaa ni aaye kan
Ohùn alufaa ni Ase
Ibi kan ni a ti pade Oro
Alufa ni aaye kan
Ohùn alufaa ni Ase
Ibi kan ni a ti pade Oro
Alufa ni aaye kan
Ohùn alufaa ni Ase
Oju merin l'ewu
Alufa ni aaye kan
Ohùn alufaa ni Ase
Nwọn si joko a amọ-lile lori ori rẹ lati lilu
Egungun ti kọja si ọfun rẹ

Translation
Ika eleku
Irete eleja
On the day we slaughter a fish
We fold the tail into the fishes mouth
Cast divination for Olofin
Who was asked to offer his favorite fish
He refused and insisted upon eating the fish
Truly, he cooked and ate
Bones from the fish lodged in his throat
Alaroo, the priest has a point
The priest's voice is Ase
It is in one place where we meet Oro
185

The priest has a point
The priest's voice is Ase
Oju merin l'ewu
The priest has a point
The priest's voice is Ase
They sat a mortar on his head to pound
The bone passed down his throat

Ika Ose

Ikase
Ikarun
A difa fun Aka
Tani a beere lati pese owo eyo ojì dín ní ẹ̀ẹ́dẹ́gbẹ́rin
Nitorina awọn akoonu ti o wa lori ori rẹ ko ni ṣubu
Aka kọ
Aka ko rú ẹbọ
Awon eye yoo sokale lati je ere Aka
Awon eye tan Aka, wipe:
Akaye

Translation
Ikase
Ikarun
Cast divination for Aka (a storehouse supported by 4 legs)
Who was asked to offer 660 cowries
So the contents upon her head would not fall
Aka refused
Aka did not perform the offering
The birds will descend to eat Aka's profit
The birds deceived Aka, saying:
Akaye (Aka becomes unbalanced) Akaye

Ika Ofun

Orunmila ni: dododo ni
Mo ni: dodo
Orunmila ni: abala
Mo ni: Abala ni
O ni ko ni ahọn
Mo ní: Ó ní ahọ́n. Esu ge e
A fi Ikafu fun Ooni

186

Nígbà tí àwọn ọmọ ẹja dìtẹ̀ mọ́ ọn
Wọ́n ní kó fún un ní igba.
O si fi wọn sinu ara rẹ
Ṣùgbọ́n kò padà wá fi ìyókù rúbọ
Ooni di ahọn rẹ jade lati jẹ awọn kokoro ni ẹba odo
Esu deanana gbẹtọ lẹ nado pọ́n ẹn bo sán ẹn

Translation
Orunmila said: It is dodoodo
I said: dodoodo
Orunmila said: abala
I said: It is abala
He said it does not have a tongue
I said: It has a tongue. Esu cut it
Ikafu was cast for Crocodile
When children of fish conspired against him
He was asked to offer 200 hoes
He inserted them into his body
But he did not return to offer the rest
Crocodile stuck its tongue out to eat insects by the riverside
Esu directed humans to watch and cut it

OTURUPON MEJI

Ọlọ́gbọ́n jùlọ kò lè so omi mọ́ ìṣọ́
Eniyan ti o kawe julọ ko le ka gbogbo awọn irugbin iyanrin
Arinrin ajo ko mọ ibi ti aye pari
A difa fun irinwo ati Irunmole kan
Nigbati nwon nlo si Olodumare lati gba ogbon
Òrúnmìlà ló rúbo kó tó kúrò láyé
Won de Olodumare
Olodumare bi won leere kini won wa
Wọn sọ pe o wa lati gba ọgbọn
Olodumare ni ki irinwo ati Irunmole kan ki won lo si agbala ẹhin
re lati ja ọgbọn.
Nigbati nwon de ehinkunle Olodumare
Gbogbo ọgbọ́n tó wà níbẹ̀ ń sọ pé: "Owó rèé, àwọn ọmọdé sì wà"
Sugbon Olodumare ti so fun Orunmila
Pe nigbati o de agbala re ki o fa eyi ti o dake
O yẹ ki o mu ọkan nikan ki o lọ kuro
Nigbati Orunmila de ehinkunle Olodumare o ri eniti o dake, o si
fa a
Irunmole yoku fa eyi ti o wipe:
"Owo nihin, omode, emi gun, ogbon lo"
Wọn ń bọ̀ wá sórí ilẹ̀ ayé
Nígbà tí wọ́n wà ní ìdajì, ọkọ̀ọ̀kan wọn sì ń fọ́ ohun tí wọ́n fà lé
lórí ilẹ̀
Awọn oyin jade lati ta wọn
Ejo jade wá lati bu wọn
Orunmila ko baje ara re
Bí wọ́n ṣe ń gbìyànjú láti yí i ká láti gba ọgbọ́n lọ́wọ́ rẹ̀, ó sọ ọ́ sí
ẹnu rẹ̀, ó sì gbé e mì.
O mu wa si aye
Ogbon yii kan naa ni won wa beere lowo Orunmila
Eni ti Orunmila n ta
Òun ló máa ń jẹ látìgbà tá a ti ń jẹ títí di òní yìí
Ọlọgbọ́n jùlọ kò lè so omi sínú ìṣọ́
Eniyan ti o kawe julọ ko le ka gbogbo awọn irugbin iyanrin
Arinrin ajo ko mọ ibi ti aye pari

188

A difa f' Orunmila
Ni ojo ti o yoo ko owo
Ati yan ogbon
Nitori naa: ogbon yo sinu mi
Omi nigbagbogbo wa ni ile olomi

Translation
The wisest one cannot tie water in a handkerchief
The most educated person cannot count all the grains of sand
A traveler does not know where the world ends
Cast divination for 400 and 1 Irunmole
When they were going to Olodumare to receive wisdom
Orunmila performed an offering before he left the world
They reached Olodumare
Olodumare asked them what they came for
They said that came to receive wisdom
Olodumare told the 400 and 1 Irunmole to go to his back yard to pluck wisdom
When they reached the backyard of Olodumare
All the wisdom there was saying: "here is money, here is children"
But Olodumare had told Orunmila
That when he reached his backyard he should pluck the one that is silent
He should only pick one and leave
When Orunmila reached the backyard of Olodumare he saw the one that was silent and plucked it
The rest of the Irunmole plucked the ones that said:
"Here is money, here is children, here is long life, here is wisdom"
They were coming back to the earth
When they were halfway each and every one of them were breaking what they plucked on the ground
Bees came out it to sting them
Snakes came out it to bite them
Orunmila did not break his own
As they tried to surround him to take the wisdom from his hand he threw it in his mouth and swallowed it
He brought it to the world
It is this same wisdom that they come to ask about from Orunmila
It is the one that Orunmila sells
It is the one that he eats from until today

189

The wisest one cannot tie water inside a handkerchief
The most educated person cannot count all the grains of sand
A traveler does not know where the world ends
Cast divination for Orunmila
On the day he would refuse money
And choose wisdom
Therefore: wisdom pours into me
Water is always present in wetlands

Verse 2

Pepe lawo Ile
Igbalero lawo ode
Ogunna ni o wo ruruuru ko goke odo
Alapandede lo kole tan
Lo yojuu re sodoodo
Difa fun oyepolu, omo isoro n'Ife
Baba ree fi sile ku ni kekere lenje-lenje
Won ni o wa ko maa wa soro ilee Baba re
O loun Oyepolu o mokan
Oun o mo dida owo
Oun o mo o nte ale
Won ni o maa tee basu
Won ni o maa tee basu
Won ni o maa tee basu-basu
Won ni akoda o maa gba fun o
Aseda o maa gba fun-un
Oyeepolu o mokan o
Isoro Olorun
ba ni toro yii se
Isoro Olorun

Translation
Pepe is the awo of the house
Igbalero is the awo of the frontage
Cold amber cannot roll across to the other side of the river
A bat is it that after constructing its nest
And suspended it on the wall without touching the ceiling
This was the Ifa cast for Oyepolu, the child of tradition in
190

His father died when he was at a tender age
His mother too died when he was a little child
He was called upon to come and officiate the traditional rites of his paternal lineage
He responded that he knew nothing about it
He did not know how to cast Ifa
Neither did he know the analysis of Ifa symbols
He was then asked to do it the way he understood it
It was declared that Akoda shall endorse the ritual
And Aseda will equally endorse the ritual
Oyepolu is a novice!
The heavenly forces I beckon on you
Please come and accept this ritual heavenly forces

Oturupon Ogbe

Oturupon Ogbe
Oturupongbe Oturupongbe
A diya fun Alumo
Won ni ki Alumo se ebo
O yẹ ki o ronu nipa igi ti o ṣee ṣe nitosi ile naa
Ki eniyan buburu ma baa ni aye si aye Alumo nipa igi yi
Alumo said: Kini! Nigbati ibi ba de lori igi gbogbo ohun ti Mo ni lati ṣe ni kan titu ọfa mi
Ni alẹ keji ibi ti de lori igi
Nitootọ, Alumo tabuku ibi si ẹsẹ
Ibi subu si ilẹ, yiyi o si sọkun ni irora:
Majele! Majele!
Alumo sa jade lati gbe ofa
Sugbon lairotẹlẹ lori awọn ọfà oloro
Alumo si ku lẹgbẹ ibi
Nigbati o di ọjọ ti gbogbo eniyan jade
Gbogbo won ri Ibi ati ara Alumo
Wọn ṣe akiyesi:
O lu Ibi
O tun lu Alumo
Lati igba naa gbogbo eniyan sọ nigbagbogbo:
O lu Ibi
O tun lu Alumo

Translation
Oturupon Ogbe
191

Oturupongbe Oturupongbe
Cast divination for Alumo
Alumo was told to perform an offering
He should think about a tree that is likely near the house
So that evil people will not have access to Alumo's life through this tree
Alumo said: What! When evil lands on the tree all I have to do is just shoot my arrow
The second night evil landed on the tree
Truly, Alumo shot evil on the leg
Evil fell to the ground, rolling and crying in agony:
Poison! Poison!
Alumo ran out to pick up the arrow
But he accidently stepped on the poisonous arrow
Alumo then died beside evil
When the day broke everyone came out
All saw Evil and Alumo's body
They observed:
It hit Evil
It hit Alumo as well
Ever since then everyone remarks often:
It hit Evil
It hit Alumo as well

Oturupon Oyeku

Koriko tipetipe
Kanrinkan tipe tipe
A difa fun ilu Oore
Ni akoko naa ogun yabo si gbogbo ilu ti o si de Oore nikẹhin
Wọn ní kí wọn rúbọ
Wọn gbọ́ nípa ẹbọ náà, wọn sì ṣe é
Won tu Ifa
Òkú ajá kì í gbó
Dajudaju laisi iyemeji
Àgbò tí ó kú kì í ṣe orí
Dajudaju laisi iyemeji
A kì í fi eérú kọ́ ilé
Dajudaju laisi iyemeji
A ko le ṣe ọpa kan pẹlu iyanrin nikan
Dajudaju laisi iyemeji
A kii fi porogu si aja
192

Dajudaju laisi iyemeji

Translation
Koriko tipetipe
Kanrinkan tipe tipe
Cast divination for the town of Oore
During the time war invaded every town and finally reached Oore
They were asked to perform an offering
They heard about the offering and performed it
They appeased Ifa
A dead dog does not bark
Surely without a doubt
A dead ram does not head butt
Certainly without a doubt
We do not use ashes to build a house
Surely without a doubt
We cannot mold a pole with only sand
Certainly without a doubt
We do not put porogu to feed a dog
Surely without a doubt

Oturupon Iwori

Oturupon iwori
Oturuponwori
A difa f'Ololo omi ikere
Lori awọn ọjọ ti aye re wà ni idọti ati sissile
O si a beere lati pese owo eyo ojì-din-lẹwá lélọ̀ọ̀dúnrún.
Ki aye Ololo omi ikere le bale
 O gbọ nipa ẹbọ naa o si ṣe
Lati igba naa, paapaa ti ẹsin ba tẹ sinu rẹ
Ati awọn ti o di idọti ati sisile
Ko ṣaaju ki o to gun o yoo di alaafia

Translation
Oturuponwori
Cast divination for Ololo omi ikere (type of water)
On the day that his life was dirty and unsettled
He was asked to offer 330 cowries
So that Ololo omi ikere's life would be settled
He heard about the offering and performed it

193

Ever since, even if a horse steps into it
And it becomes dirty and unsettled
Not before long it will become peaceful

Oturupon Odi

Ẹnikẹni ti o ba sọrọ nipa ọkan
Oturupondi jẹbi
Ola soro nipa ọkan
Won ni Ela ko da aye daadaa
Ela made odundun the king of herbs
Ati ki o gbe tete bi keji ni aṣẹ
O si mu okun o si fi okun ṣe olori omi
Ati pe o lo adagun naa bi keji ni ipo
Sibe sibe, won ni Ela ko da aye daadaa
Ela binu o si so okun o lo si orun
Nitorina Ela sokale okun ki o gba iyin re

Translation
Whoever talks about one
Oturupondi is guilty
Ola talks about one
They said Ela did not form the world well
Ela made odundun (type of herb) the king of herbs
And placed tete (type of herb) as second in command
He took the sea and made sea the leader of water
And used the lagoon as second in rank
Still yet, they said Ela did not form the world well
Ela was angry and tied a rope and went to heaven
Therefore, Ela descend the rope and accept your praises

Oturupon Irosun

Oturuponsookun
Aseraha difa
Alufa Lisa Opooro
A difa fun Lisa of Opooro
A beere Lisa lati ṣe ẹbọ kan
Ki isoro Aseraha ma baa ba akole re je
Oloja Opooro afoju
Àwọn ìyàwó rẹ̀ ń ṣọ̀fọ̀ pé wọn ò bímọ

194

Wón sọ fún un pé kí ó fi owo eyo ojì-din-lẹwá lélọ́ọ̀dúnrún. fún
un láti rí ojú rẹ̀ padà
Ti awọn iyawo ba pese wọn yoo loyun wọn yoo si bi wọn
Lojo ti won ra Aseraha ni oja lo da Ifa yii si
Ó yà Lisa lẹ́nu pé irú àjèjì bẹ́ẹ̀ yóò di ẹni pàtàkì
Nigbati Lisa Opooro tun riran o ro pe:
Ti ọkunrin yii ba le ṣabọ fun mi lati tun ri oju mi o tun le ṣe
atọrunwa lati pa mi
Ó pinnu láti tà á
Ni igba diẹ, ọba padanu oju rẹ o si fi ifiranṣẹ ranṣẹ si Lisa Oporo
O beere lọwọ Lisa lati tọka si ẹni ti o mu oju ara rẹ pada
Lisa dahun pe o ti ta ẹni kọọkan
Ọba gbọ nípa èyí, ṣùgbọ́n ó dákẹ́
O tesiwaju titi o fi ri Aseraha difa
Oba ra a lati wo oju ara re
O jẹ nigbana ni ọba ranṣẹ si Lisa o si sọ pe:
Ìwọ ìbá ti di ìbínú ńlá mú mi
O pinnu lati dinku Lisa lati akọle Lisa
Ó fi Aséraha difa rọ́pò rẹ̀

Translation
Oturuponsookun
Aseraha difa
The priest of Lisa Opooro
Cast divination for Lisa of Opooro
Lisa was asked to perform an offering
So that Aseraha's problems would not destroy his title
Oloja Opooro is blind
His wives were lamenting of not having children
He was told that to offer 330 cowries to regain his sight back
If the wives offer they will conceive and deliver
On the day Aseraha was bought at the market he cast this Ifa
Lisa was surprised that that such a stranger would become so
important
When Lisa Opooro regained his sight he thought:
If this man can divine for me to regain my sight he can also divine
to kill me
He decided to sell him
In short time, the king lost his sight and sent a message to Lisa
Oporo

He asked Lisa to refer him to the person who restored his own sight
Lisa responded that he already sold the individual
The king heard about this but kept quiet
He kept searching until he found Aseraha difa
The king bought him to heal his sight
It was then that the king sent for Lisa and said:
You must have held great anger for me
He decided to demote Lisa from the title of Lisa
He replaced him with Aseraha difa

Oturupon Owonrin

Oturuponkeeke
Ohanrin keeke
E je ki a fi ebi fun ebi
Jek'a fi ijiya fun ijiya
E je ki a jowo ikunsinu wa ki a le di olori ile
A difa fun Jola
Paapaa fun Alejo rẹ
Jola kọ lati ṣe ẹbọ naa
Alejo ṣe ẹbọ naa
Jola ni oruko ti a n pe ni Ope
Alejo ni oruko Ikin

Translation
Oturuponkeeke
Ohanrin keekee
Let's give hunger to hunger
Let's give suffering to suffering
Let's give up our grudge so we can become the leader of the house
Cast divination for Jola
Also for his Alejo (visitor)
Jola refused to perform the offering
Alejo performed the offering
Jola is the name we call Ope
Alejo (his visitor) is the name of Ikin

Oturupon Obara

Oturupon Obara
Orunmila ni: Ona gira

Mo ni: Ona gira
O ni: Ti Ona Gira
Omo eku a wonu ile eku
O ni: Ti Ona Gira
Omo eku ti kii wo ile won
Ebiti yoo pa won
Orunmila ni: Ona gira
Mo ni: Ona gira
O ni: Ti Ona Gira
Awọn ọmọ ẹja yoo wọ inu ile ẹja naa
O ni: Ti Ona Gira
Awọn ọmọ ẹja ti ko wọ ile wọn
Yoo wa ni idẹkùn
Orunmila ni: Ona gira
Mo ni: Ona gira
O ni: Ti Ona Gira
Àwọn ọmọ ẹran náà yóò wọ ilé ẹran náà
O ni: Ti Ona Gira
Awọn ọmọde ti ẹranko ti ko wọ ile wọn
Awọn ode yoo pa wọn
Orunmila ni: Ona gira
Mo ni: Ona gira
O ni: Ti Ona Gira
Àwọn ọmọ ènìyàn yóò wọ ilé ènìyàn
O ni: Ti Ona Gira
Awọn ọmọ eniyan ti ko wọ inu ile wọn
Yoo pade aburu iku ati aisan loju ọna

Translation
Orunmila said: Ona gira
I said: Ona gira
He said: If Ona Gira
The children of the rat will enter into the rat's house
He said: If Ona Gira
Children of the rat who do not enter their homes
Ebiti will kill them
Orunmila said: Ona gira
I said: Ona gira
He said: If Ona Gira
The children of the fish will enter into the fish's house
He said: If Ona Gira

197

Children of the fish who do not enter their homes
Will be trapped
Orunmila said: Ona gira
I said: Ona gira
He said: If Ona Gira
The children of the animal will enter the animal's house
He said: If Ona Gira
Children of the animal who do not enter their homes
The hunters will kill them
Orunmila said: Ona gira
I said: Ona gira
He said: If Ona Gira
The children of a human will enter a human's house
He said: If Ona Gira
Children of a humans who do not enter their homes
Will meet the misfortune of death and sickness on the road

Oturupon Okanran

Oturuponkaran, Oturuponkaran
A difa f' Orunmila
Eniyan meji n gbero nitosi Esu lati pa a
Ifa ni ki Orunmila wa fun Orunmila kalęba meji, adie meji, ati
owo eyo okòó dín ní ęędęgbęta.
Ó gbọ́ nípa ębọ náà, ó sì ṣe é
O so igba meji papo o si rin si Esu lati gbadura
Bí ó ti ń lọ, àwọn àkànṣe méjì náà ń dún pé:
Ma p'oturu ma p'okanran
Ma p'oturu ma p'okanran
Àwọn ọtá rè méjèèjì gbọ́ ariwo náà
Nwọn si di bęru ati sa kuro
Oturuponkaran
A difa fun igba meji
Ṣiṣe ikore ọdọọdun
Wọ́n ní kí wọ́n ṣe ọrę fún òsì
Wọn kọ lati pese
Fun idi eyi, wọn ṣe awọn ohun fifin
Nígbà tí a bá so wọ́n pọ̀ láti mú wọn wá sílé láti oko

Translation
Oturuponkaran, Oturuponkaran
Cast divination for Orunmila

Two people were planning near Esu to kill him
Ifa asked Orunmila to offer 2 calabashes, 2 hens, and 480 cowries
He heard about the offering and performed it
He tied the 2 calabashes together and traveled to Esu to pray
As he was going the two calabashes were making sound saying:
Ma p'oturu ma p'okanran (do not kill Oturu, do not kill Okanran)
Ma p'oturu ma p'okanran (do not kill Oturu do not kill Okanran)
His two enemies heard the commotion
They became scared and scurried away
Oturuponkaran
Cast divination for two Calabashes
Performing yearly harvest
They were asked to perform an offering for the left
They refused to offer
For this reason, they make rubbing sounds
When we tie them together to bring them home from the farm

Oturupon Ogunda

Oturupongadagada
Oturupongedegede
Ó ṣe kedere pé a gbọ́dọ̀ mú ọ̀rọ̀ Èṣù ṣe kedere
Ko le si awọn ajọṣepọ ojiji
Òrúnmìlà ra àgbò kó
Esu a maa wo orunmila
Lati rii boya a ti pa àgbo naa

Translation
Oturupongadagada
Oturupongedegede
Clearly, we must clarify the matters of Esu
There can be no shady dealings
Orunmila bought a ram to raise
Esu visits Orunmila consistently
To see if the ram has been slaughtered

Oturupon Osa

Isin ni alufaa ti Latunpen
Oguro ni alufaa Asokanle
Akere m'oro mofo is the priest of Olukoromoyin

A difa f' Orunmila
Alufa ni ilu ti awọn ọtá
Wọn ní: "A óo mú un níkẹyìn
Ni arin ale
Ọrẹ́ rẹ̀ fi aṣọ bò ó, ó sì gbé e lọ
Àwọn ọtá rẹ̀ wá a kiri láì yọrí sí rere
Wọn béèrè lọ́wọ́ rẹ̀
Nwon ni: Otolo pon a sa
Nigbati won gbe e lo jinna Orunmila bere si korin pe:
Ona, ma wo Ona
Tẹsiwaju laisi idiwọ
Lori
Isin ni alufaa ti Latunpen
Isin ni alufaa ti Latunpen
Ona, ma wo Ona
Tẹsiwaju laisi idiwọ
Lori
Oguro ni alufaa Asokanle
Ona, ma wo Ona
Tẹsiwaju laisi idiwọ
Lori
Akere m'oro mofo
Ona, ma wo Ona
Tẹsiwaju laisi idiwọ
Lori

Translation
Isin is the priest of Latunpen
Oguro is the priest of Asokanle
Akere m'oro mofo is the priest of Olukoromoyin
Cast divination for Orunmila
Venturing priesthood in the town of enemies
They said: We will finally catch him
In the middle of the night
His friend covered him in fabric and took him away
His enemies looked for him unsuccessfully
They asked for him
They said: Otolo pon a sa
When he was taken far away Orunmila started to sing:
Ona, I do not look at Ona
Keep going

Ona
Isin is the priest of Latunpen
Ona, I do not look at Ona
Keep going
Ona
Oguro is the priest of Asokanle
Ona, I do not look at Ona
Keep going
Ona
Akere m'oro mofo (I am small, but I contemplate and orate)
Ona, I do not look at Ona
Keep going
Ona

Oturupon Ika

Oturupinka
Oturuponko
A difa fun Ìgbín ati ijapa
Wón ní kí wón fún òkòòkan owó kan
Won cutlass bi daradara
Won ko lati pese
Lati igbanna, a lo gige gige lati wa won ninu igbo

Translation
Oturuponka
Oturuponko
Cast divination for Snail and Turtle
They were asked to offer one hand each
Their cutlass as well
They refused to offer
Since then, we use the cutlass to search for them in the bush

Oturupon Otura

Omi inu igbo dabi awo
Ewe Omibe a maa toju mi
Ewe Omibe ao so iku nu
Ewe Omibe ao so arun nu
Ewe Omibe ao da wahala ofin sile
Ewe Omibe ao so adanu nu
Ewe Omibe yo tu mi loju

Má ṣe jẹ́ kí iṣẹ̀lẹ̀ búburú èyíkéyìí wá sí ọnà mi
Ewe Omibe

Translation
The water in the bush resembles dye
The leaf of Omibe will take care of me
The leaf of Omibe will cast away death
The leaf of Omibe will cast away sickness
The leaf of Omibe will cast away legal trouble
The leaf of Omibe will cast away loss
The leaf of Omibe will appease evil for me
Do not let any bad occurrence come my way
Leaf of Omibe

Oturupon Irete

Oturupon-an tete awo otito
Oturupon-an tete awo of otito
Won da Ifa fun Apakeele
Ti Ori ti nsare
Won gba a nimoran lati pese ebo
O ṣe
Ori mi jowo fun mi ni iduroṣinṣin ati titilai
Báyìí ni Odùdu ṣe ṣe Ògbò
Ti yan lati duro pẹlu igi-ọpẹ lailai

Translation
Oturupon-an tete the awo of truthfulness
Oturupon-an tete the awo of honesty
They cast Ifa for Apakeele
Whose Ori was running around
She was advised to offer ebo
She complied
My Ori please give me stability and permanent
This is how Odudumade the Anthill
Had chosen to stay with the palm-tree permanently

Oturupon Ose

Amure esese
Alufa ti opopona
A difa f'Ori

Ọmọ Ateteniran
Ta lo n toju awon elesin ju Orisa lo
Nítorí náà, Òrìṣà ni ó ń ṣe mí lọ́ṣọ̀ọ́, ló ń mú owó
Amure
Sese Amure
Amure sese

Translation
Amure sesese
The priest of roadside
Cast divination for Ori
The child of Ateteniran (one who has descendants quickly)
Who takes care of devotees more than any other Orisa
Therefore, it is Ori who enchants me, who gives rise to money
Amure
Sese Amure
Amure sese
It is Ori who enchants me, who occasions a wife
Sese Amure
Amure sese
It is Ori who enchants me, who brings about children
Amure
Sese Amure
Amure sese

Oturupon Ofun

Oturuponfunfun
Funfunfunfun bi twilight
Òyìnbó Òrìsà ò gbóyà
Bí epo bá kan Òrìsà funfun
Yóò tètè fi ọṣẹ wẹ̀ ẹ́
Yoo fofofo
Yoo fo jade
A difa f'Afin
Nigbati o wa
 si aye
A beere lọwọ rẹ lati pese lati le di dudu
Afin kọ

Translation
Oturuponfunfun
203

Funfunfunfun like twilight
The white of Orisa dares not become stained
If oil touches Orisa's white
He will quickly wash it away with soap
It will foam
It will wash out
Cast divination for Afin (albino)
When he was coming to the world
He was asked to offer in order to become black
Afin refused

OTURA MEJI

Labalaba ni o n fo ni alaafia
Ope alufa fun labalaba
A difa fun Imale, labalaba
Ojise Olodumare niyen
ó ní èyíinì séyìn àti síwájú pé èrè Ifá ńwá
Labalaba ko sọ ede kankan
Sugbon o pada ati siwaju ni olowo Ifa wa
A gba Ebo niyanju ati pari
Ko gun, ko jina pupọ,
Ifá yóò mú ọpọlọpọ ìbùkún wá

Translation
It is a butterfly that is flying peacefully
Ope the priest for the butterfly
Cast divination for Imale, the butterfly
That happened to be the messenger Olodumare
she said that is back and forth that the fortune of Ifa comes
The butterfly does not speak any language
But it is back and forth that the fortune of Ifa comes
Ebo was advised and completed
It was not long, not very far,
Ifa will brought plenty blessings

Verse 2

Peremesele
A difa fun Otu
Nigbati o ti n jiya, ti ko ni ohun-ini ati ti o wọ aṣọ
Wọn ní kí Ọtì mú igi tí ó ń tà lọ
Nitorinaa ọrọ naa yoo gba nipasẹ iṣowo ni ọjọ kan
Otu gbo nipa ebo o se
Bí Otu ṣe lọ rí igi
Otu ri ijapa meji o si mu won wale
Nibayi, Olofin ni aisan
Ifa ni a gbimọran ati Otua Meji Farahan
Awon awo (alufa) beere fun ijapa meji fun ebo na
Sugbon Esu di igbo na

205

Wọn wá ijapa, wọn kò sì rí i
Esu ni ki won lo bere lowo Otu
Esu tun so fun Otu pe awon kan yoo wa bere ijapa
Esu ni: ki o so fun won pe o kan soso
Ta fun owo eyo Egberunlogorunmerin
Otu ṣe bẹẹ, wọn si fi owo naa fun un
Ni igba diẹ, wọn pada si Otu lati ra ijapa keji
Otu beere fun owo eyo million kan ati ọkẹ mẹwá
Owo ni won fi fun Otu
Otu n we ni oro
Ayé sọ pé: Ẹ ò rí i pé ó rúbọ sí Èṣù, tó ń fa ẹdùn ọkàn sí Èṣù
Ori ti ri ijapa meji ti yoo so oun di olowo

Translation
Peremesele
Cast divination for Otu
When he was suffering, poor and wearing rags
Otu was asked to offer the wood that he sells
So that wealth will be obtained through trade one day
Otu heard about the offering and performed it
As Otu went to find some wood
Otu saw two turtles and brought them home
Meanwhile, Olofin was sick
Ifa was consulted and Otua Meji appeared
The awo (priests) asked for two turtles for the offering
But Esu blocked the forest
They looked for turtles and could not find any
Esu then suggested that they go ask Otu
Esu also told Otu that some people would come to ask for turtles
Esu said: you should tell them that you only have one
Sell it for 400,000 cowries
Otu did so and the money was given to him/her
In short time, they came back to Otu to buy the second turtle
Otu asked them for 1.2 million cowries
The money was given to Otu
Otu was swimming in wealth
The world observed: Don't you see offering to Esu, appealing to Esu
Otu's Ori has seen two turtles that will make him/her wealthy

Otura Ogbe

Ma yun oko
Ma yun odo
A difa fun Elesiye Owo
Wọn ní kí Elesiye Owo fi àgbò kan tu bàbá rẹ̀ lójú
Ti a ko ba ri àgbo kan, ki Elesiye Owo lo emo
Sugbon Elesiye Owo ko gbodo lo si oko tabi odo fun ojo meje
Egbon Elesiye Owo ko suuru lepa eku
Sugbon Elesiye Owo lo fi suuru le eku naa
Laipe o subu sinu iho kan nibiti baba wọn ti tọju ọrọ rẹ

Translation
Ma yun oko (Do not go to the farm)
Ma yun odo (Do not go to the river)
Cast divination for Elesiye Owo
Elesiye Owo was asked to use a ram to appease his father
If a ram cannot be found, Elesiye Owo should use emo (brown rat)
But Elesiye Owo should not go to the farm or river for seven days
The older sibling of Elesiye Owo was not patient in chasing the rat
But Elesiye Owo managed to chase the rat patiently
He soon fell into a pit where their father keeps his riches

Otura Oyeku

Gagagugu
Ko mu ogun
Ti nso otitọ inu
A difa f'Onikoyi Magbo
Ní ọjọ́ tí ó lọ jagun fún ọba
Kí ó þe Åbæ àsunpa fún gbogbo àwon ogun
Bi o ba ba enikeni jagun ni yoo maa bori
Ọba lo ọrun kan, ofa kan, ati igbiwo lati fun ni aṣẹ ogun
Ki a toju Ogun
Ki a toju Ososi
K'a toju Olojo bo odo Oba
Ni ọjọ okete ni anfani lati fọ ekuro ọpẹ kan
Ko di igba naa ti Onikoyi Magbo yoo padanu ogun
Fila ti a nfi lo ni a n pe ni akoro
Awọn irugbin ti a lo ninu ẹbọ ni a npe ni alakoro
Onikoyi o alakoro
Alakoro ki i se ogun lai segun
207

Alakoro ni yoo ja ogun oba
Ó rú ẹbọ náà
Ìyàwó rẹ̀ ń rọbí
O si mu u lọ si ogun
Ó bímọ nígbà ogun
Nigbati o wa ninu irora
Ó fa ewé oka tí ó jé kí ó tó jẹ kí ó tó bímọ
Lati igba naa, a lo ewe okra ni awọn ayẹyẹ isọkọ ni Ikoyi

Translation
Gagagugu (bulky)
Ko mu ogun (does not take over war)
Speaking inner truth
Cast divination for Onikoyi Magbo
On the day he went to fight war for a king
He should perform the offering for all war issues
If he fights anyone in war he will always win
The king used one bow, one arrow, and igbiwo to authorize the war
We should take care of Ogun
We should take care of Ososi
We should take care of Olojo bo odo Oba
On the day okete (giant rat) is able to break a palm kernel
It is not until then that Onikoyi Magbo will lose a war
The cap we use in the offering is called akoro
The seeds we use in the offering are called alakoro
Onikoyi o alakoro
Alakoro does not conduct a war without victory
Alakoro is going to fight the king's war
He performed the offering
His wife was in labor
He took her to the war
She gave birth during the war
When she was in pain
She plucked the raw leaf of okra to eat before she gave birth
Since then, we use the okra leaf in naming ceremonies in Ikoyi

Otura Iwori

Ota mi le mi
Wọn ko le pade mi nitorina wọn pada

Bi wọn ṣe pada sẹhin wọn ju apata kan sẹhin ṣugbọn o padanu mi
Wọn ta ọfà
Wọn ta ibon ṣugbọn wọn ko le lu mi
Oke, oke, Mo wa
Ọwọ idà wọn ko le kan mi
A difa f' Olowo
Tani yio je eran obo
Nigba ti gbogbo ilu ko kuro ninu rẹ ati pe o pinnu lati rin irin-ajo
lọ si odi
Olowo owo eyo ẹgbàáẹ̀rìndínlógún
Ti o ko ba lọ wo ọba wa
Aboyun ko ni bimọ
Alaisan ko ni ri iwosan
Lọ ran mi lọwọ lati wo Olowo ki o le di ọba
Nitorina ilu le di alaafia
Fi ade Olowo fun Olowo
Ki Olowo le fi alafia wo ilu wa
Ki gbogbo wa le ni ifokanbale okan

Translation
My enemy chased me
They could not meet me so they returned
As they retreated, they threw a rock backwards but it missed me
They shot an arrow
They shot a gun but could not hit me
Top, top, I was
The hand of their dagger could not touch me
Cast divination for Olowo
Who will eat monkey's meat
When the whole town excluded him and he decided to travel
abroad
Olowo offered 32,000 cowries
If you do not go and check on our king
The pregnant will not give birth
The sick will not find healing
Go and help me check on Olowo so he may become king
So the town may become peaceful
Give the crown of Olowo to Olowo
So that Olowo may step peacefully into our town
So that we may all have peace of mind

209

Otura Odi

Ohunkohun ti jẹ aidun
Bí a bá ṣe é, a máa tijú
Kini ko dun?
Bí bàbá bá fẹ́ ọmọbìnrin rẹ̀
Ti a ba beere, ko ni gba iṣẹ rẹ
Iru baba bẹẹ yoo wa ni itiju
Bí obìnrin bá ṣe panṣágà láti bá ọmọ rẹ̀ sùn
Ti a ba beere, ko ni ṣafihan iṣe naa
Ojú yóò tì í
A difa fun Omi
Pe warapa ati adẹtẹ yoo jẹ
Omi idọti, omi ti o yanju
Mì gbọ mí ni dapana nuhe ylan he mí ma sọgan dọhodo lẹ

Translation
Whatever is unpleasant
If we do it, we become ashamed
What is unpleasant?
If a father marries his daughter
If we ask, he will not admit his deed
Such a father will remain shamefaced
If a woman is as promiscuous to sleep with her son
If we inquire, she will not reveal the act
She will remain so ashamed
Cast divination for Water
That an epileptic and leper will consume
Dirty water, settled water
Let us abstain from unpleasant things we cannot discuss

Otura Irosun

Ori ni omo Olowu
Ese ni omo Awujale
A ko mọ ibi ti Ori dari Ese
A difa f'Orunmila
 Onisowo alufa lo Apala
Ta ni ki o ribuwo nibe

210

Orunmila ni oun yoo pada sinu awo ati igba nibiti oun gbe

Translation
Ori is the child of Olowu
Ese is the child of Awujale
We do not know where Ori (head) directs Ese (legs)
Cast divination for Orunmila
Venturing priesthood to Apala
Who was asked to ribuwo there
Orunmila said he would return into the dish and calabash where he resides

Otura Owonrin

Pee la ba ile
Pogodo laa ba aworo
A difa f'Ondada
Omo Ekun leenpe
Mẹta ninu awọn ọmọ rẹ ṣee ṣe lati di ọba
Wọn lọ beere Ko Nook Fenu Ye Popo Lo Koba
Lati fi ọna ile han wọn
Awon omo Alaketu sonu
Etu ni ẹbọ
Kí wọn máa tójú ẹrú náà nílé
Oun ni yoo ran Alaketu lowo ri awon omo re

Translatiom
Pee la ba ile
Pogodo laa ba aworo
Cast divination of Ondada
The child of Ekun leenpe
Three of his children are likely to become king
They went to ask Ko Nook Fenu Ye Popo Lo Knba
To show them the way home
The children of Alaketu were lost
Etu (antelope) is the offering
They should take care of the servant at home
He is the one who will help Alaketu find his children

211

Otura Obara

Orunmila ni: Ona ti a n ta epo ni ile
Se bi won se n ta eje l'orun
A difa f' Olofin
Gbogbo awon iyawo Olofin lo se ise eje si inu won
Iyẹn kii yoo ja si awọn ọmọde
Olofin ni ki o se ebo
Ó gbọ́ nípa ẹbọ náà, ó sì ṣe é
Ohun kan tun ṣe fun oyun
Àtọ̀ rẹ̀ kan ẹyin náà
Gbogbo àwọn aya rẹ̀ ló lóyún
Gbogbo wọn ni anfani lati gbe awọn ọmọde lori ẹhin wọn

Translation

Orunmila said: The way we sell oil on earth
Is how they sell blood in heaven
Cast divination for Olofin
All Olofin's wives conducted businesses of blood in their stomachs
That will not lead to children
Olofin was asked to perform an offering
He heard about the offering and performed it
Something was also done for pregnancy
His sperm touched the egg
All his wives became pregnant
They were all able to carry children on their backs

Otura Okanran

Otua kanran
Okanran kanran
A difa fun ago
Ti o lọ ṣe ikede pataki ni ọja Ejigbo
Bell ti a beere lati pese
Torí náà, ohùn rẹ̀ á máa dún
Wọn sọ pe ago yoo bi ọmọ kan ṣoṣo
Ọmọ apọn yii yoo lu si i
Ọ̀pá kan kò ní lu agogo láti gbó

Translation

Otua kanran
Okanran kanran
212

Cast divination for Bell
Who went to make a major announcement in Ejigbo market
Bell was asked to offer
So her voice would be blaring
They said Bell would give birth to only one child
This single child will beat against her
A stick will not beat the bell to wear it out

Otura Ogunda

Olipempelejipe
A difa f'Orunmila
Eni to n rin lo si Ile-Ife Ooyelagbo
Ọta duro ni ọna rẹ
Nwon sogo pe Orunmila ko ni ibi ti won yoo koja
A ni ki Orunmila wa fun owo eyo okòó dín ní ẹẹ́dẹ́gbẹ́ta
Ó gbọ́ nípa ẹbọ náà, ó sì ṣe é
Ó gbé ohun kan sí ìhà ọ̀tún rẹ̀ láti fi sàmì sí ààlà
Omiiran ni ẹgbẹ osi rẹ
Bí ó ti ń rìnrìn àjò, gbogbo ènìyàn dúró sí ẹ̀gbẹ́ idà wọn
Otua farapamọ sinu igbo ni otun
Nibi ti awon omo Otua ti yara gbe ofa si Orunmila
Ofa Otua l'otun na pa Eguntan l'osi
ofa Eguntan l'osi pa Otua l'otun
Orunmila sa kan siwaju o korin:
Olipempelejipe
Ẹnikẹni ti o ba sọ pe emi ko gbọdọ pada
Emi yoo pada
Olipempelejipe
Otua pa Eguntan
Olipempelejipe
Ẹnikẹni ti o ba sọ pe emi ko gbọdọ pada
Emi yoo pada
Eguntan yinbon Otua
Olipempelejipe
Ẹnikẹni ti o ba sọ pe emi ko gbọdọ pada
Emi yoo pada

Translation
Olipempelejipe
Cast divination for Orunmila
Who was traveling to Ile-Ife Ooyelagbo
213

The enemy stood in his path
They boasted that Orunmila would have nowhere to pass
Orunmila was asked to offer 480 cowries
He heard about the offering and performed it
He placed something to mark boundaries on his right side
Another on his left side
As he traveled all people positioned themselves next to their swords
Otua hid in the bush on the right
Where Otua's people quickly pointed arrows at Orunmila
The arrows of Otua on the right then killed Eguntan on the left
The arrows of Eguntan on the left killed Otua on the right
Orunmila just moved forward and sang:
Olipempelejipe
Whoever says I should not return
I will return
Olipempelejipe
Otua shot Eguntan to death
Olipempelejipe
Whoever says I should not return
I will return
Eguntan shot Otua to death
Olipempelejipe
Whoever says I should not return
I will return

Otura Osa

Otuasa
Omo Ajebikereku
E ki mi pe emi o bori ewu
Ewu ina kii pa Awodi
Awodi ti bori ewu

Translation
Otuasa
The child of Ajebikeruku
Greet me that I will overcome danger
The danger of fire (i.e., lice) does not kill Awodi (vulture)
Awodi has overcome danger

214

Otura Ika

Agbokadi
Alufa Alara
Igi Iroko ni o ga julọ ninu igbo
A difa fun igab igi ati igbaeniyan
Wọn ní kí wọn rúbọ
Nikan igba eniyan funni
Igba igi kọ
Nitorina, awọn eniyan yoo lo igi lati tọju ara wọn

Translation
Agbokadi
The priest of Alara
Iroko tree is the tallest in the forest
Cast divination for 200 trees and 200 humans
They were asked to perform an offering
Only 200 humans offered
200 trees refused
Therefore, humans will use trees to care for themselves

Otura Oturopon

Ni ojo ti a bi ewurẹ
Ko le dagba awọn iwo
Awọn eniyan kii ṣe lojiji ni irun ewú
Ti a ko ba di arugbo a ko le ni idagbasoke awọn iwo
Irun ewú ni ìwo àgbà
A difa fun ogede
Tani yoo lo isale rẹ lati ṣe iṣowo ni awọn ọmọde
Sugbon yoo lo ori re lati gbe eru iku

Translation
On the day a goat is born
It is not able to grow horns
Human beings do not suddenly develop grey hair
If we do not become old we cannot develop horns
Grey hairs are the horns of elders
Cast divination for Banana
Who will use her bottom to trade in children
But will use her head to carry the load of death

215

Otura Irete

Okan rere
Ni gangan (type of drum) possesses
Ti o ko ni gba gangan lati misspeak
Iwa rere jẹ olutọju aabo
A difa f'Araba of Ife
Esu pari we Ori re
Araba le bayi fo Ori ti elomiran
Aweda ma ni o
Ori awon alufaa we
Aweda ma ni o
Nitorina, gangan o, nigba ti o ba ni ọkan ti o dara
O di sunmo oba
Dundun
Se ilu agba
Ti eniyan ko ba mọ bi a ṣe le ṣe iro
Aye ko ni nifẹ ọkan jinna

Translation
Good heart
Is what gangan (type of drum) possesses
That does not allow gangan to misspeak
Good character is ones guardian of protection
Cast divination for Araba of Ife
Esu finished washing his Ori
Araba may now wash the Ori of others
Aweda ma ni o
The Ori the priests wash
Aweda ma ni o
Therefore, gangan o, when you possess a good heart
You become close to the king
Dundun (type of drum)
Is the drum of an elder
If one does not know how to be fake
The world will not love one deeply

Otura Ose

Otua sesese
Oun ni ti Agba
Ta ni yo difa f'Onpetu l'oje
Awon eye ni ilu Onpetu l'oje yoo tu ilu naa ka

Wọn ní kó rúbọ
Lati pa gbogbo ega lati jẹ
Ìlú náà kọ̀ láti ṣe ọrẹ náà
Nitori ega sesese ni ogun fi wo ilu Lompetu
Nitori eyi, awon ara Oje ki i je ega

Translation
Otua sesese
Is the one from Agba
Who will go cast divination for Onpetu l'oje
The population of birds in Onpetu l'oje's town will scatter the town
He was asked to perform an offering
To kill all ega (palm birds) to eat
The town refused to perform the offering
It is because of ega sesese that war invaded the town of Lompetu
As a result, the people of Oje do not eat ega

Otura Ofun
Otua fufu
Ofu ji ki o le toju Otua
Wọn sọ pe o jẹ idanwo nipasẹ ipọnju
A difa fun Oye
Oye yẹ ki o pese igba kan ati owo eyo ẹgboókànlá
Calabash kan da èéfín si wahala fun awọn eniyan gbogbo agbaye
Oloyemuyin
Àkókò gbígbẹ nìkan ló ń mú ilẹ̀ gbígbẹ wá fún wa
Oloyemuyin
O wa ni inu kan calash nibiti eefin Oye gbe
Oloyemuyin
Nigbati o ba ṣii èéfín bo gbogbo agbaye
Igba wa ni ile Oloyemuyin

Translation
Otua fufu
Ofu stole in order to take care of Otua
They said it was trial by ordeal
Cast divination for Oye (hamatan season)
Oye should offer a calabash and 2,200 cowries
One calabash throws smoke to inconvenience the people of the whole world
Oloyemuyin
217

Dry season alone brings dry land to us
Oloyemuyin
It is inside a calabash where the smoke of Oye resides
Oloyemuyin
When it is opened the smoke covers the whole world
The calabash is in Oloyemuyin's house

IRETE MEJI

O tẹ ẹsẹ kan ti Irete
Mo tun tẹ ẹsẹ kan ti Irete
nigbati ami-ami ba di meji, lẹhinna Irete-Meji otitọ ti wa ni akoso
Èyí ni Òjíṣẹ́ Ifá fún ẹni tó ní Orí ojú rere
ṣùgbọ́n kò ní ẹsẹ̀ rere
Won gba a niyanju lati pese ebo
O ṣe
Ikin mi,Erigi Alo
Ifa jowo je ki n ni Ori rere
Ati awọn ẹsẹ ti o dara lati ṣe iranlowo rẹ

Translation
You imprint one leg of Irete
I also imprint one leg of Irete
when the imprint becomes two, then the true Irete-Meji is formed
This was the message of Ifa to the one who has favorable Ori but lacks good legs
He was advised to offer ebo
He complied
My Ikin,Erigi Alo
Ifa please let me have good Ori
And good Legs to complement it

Verse 2

Aparo bi eleyi
Funfun bi eleyi
A difa fun Oke
Ni ojo ti won ji dukia baba re
Oke lo si Orunmila
Lati beere bi o ṣe le wa awọn ọrọ ti baba ji
Wọ́n ní kí Oke rúbọ
 O gbọ nipa ẹbọ naa o si ṣe
Ni alẹ awọn ẹiyẹ guinea gbe sori orule Oke o bẹrẹ si sọ pe:

Gbogbo owo ti o wa ninu ile ni ti Oke
Gbogbo aso ti o wa ninu ile je ti Oke
Gbogbo awọn ilẹkẹ inu ile jẹ ti Oke
Báyìí gan-an ni ẹyẹ gíní ṣe fo sórí òrùlé gbogbo èèyàn nílùú náà lálẹ́ ọjọ́ yẹn
Ní ọjọ́ kejì, ìlú péjọ
Wọ́n béèrè bí wọ́n ṣe lè bójú tó ariwo ẹyẹ nílùú náà
Ki won da ohun gbogbo ti Oke pada si Oke
Lati igba naa a da ohun gbogbo pada si Oke

Translation
Aparo (Partridge bird) like this
Whiteness like this
Cast divination for Oke
On the day that her father's property was stolen
Oke went to Orunmila
To ask how to locate the father's stolen fortunes
Oke was asked to make an offering
He heard about the offering and performed it
At night the guinea fowl landed on Oke's roof and started saying:
All the money in the house belongs to Oke
All the clothing in the house belongs to Oke
All the beads in the house belong to Oke
This was how the guinea fowl jumped on everyone's roof in the town that evening
On the second day the town came together
They asked how to handle the bird noise in the town
They should return everything of Oke back to Oke
Ever since then we return everything to Oke

Irete Ogbe
Ìgbín náà ní ìwo méjì ní orí
Sugbon ko le lo wọn lati àgbo
Bí ìgbín bá fi wọn ṣe àgbò igi
A yoo ri mucus lori igi
Bí ìgbín bá fi wọn lu igbó
A yoo mọ
Nítorí náà, ìgbín máa ń lo gbogbo ara rẹ̀ láti mú nǹkan rọ̀
Olè kò lè wọ ilé ìgbín lọ láti jí ẹrù
Ayafi ti ole pinnu lati yọ gbogbo igbin naa kuro
220

Translation

The snail has two horns on its head
But cannot use them to ram
If the snail uses them to ram a tree
We will see mucus on the tree
If a snail uses them to strike a bush
We will know
Therefore, the snail uses its whole body to soften things (i.e., make peace)
A thief cannot enter a snail's house to steal goods
Unless the thief decides to remove the entire snail

<u>Irete Oyeku</u>

Irete Oyeku
A tee yeku
Alufa ti Oluigbo
A difa f' Oluigbo
A tee yeku
Alufa Oluodan
A difa f'Oluodan
A tee yeku
Alufa Oluile
A difa f'Oluile
Oluile nikan ni o ṣe ẹbọ naa
Oluile ni oruko ti a n pe ni Odu

Translation

A tee yeku
The priest of Oluigbo
Cast divination for Oluigbo
A tee yeku
The priest of Oluodan
Cast divination Oluodan
A tee yeku
The priest of Oluile
Cast divination of Oluile
It was only Oluile that performed the offering
Oluile is the name we call Odu

221

Irete Iwori

Ite ti a te Iwori
A ba te omo Ogbe oyin
A difa f'Olofin
Ni ọjọ ti o lọ ra ẹru
Olófin ní kí ẹrú náà yára sáré
Ó nà ẹrú náà léraléra
Ó tẹ inú ẹrú náà mọ́lẹ̀
Sugbon ki o to osan, ikun Olofin ti wú
A difa
Ifa said Olofin should be initiated into Ifa
Ẹrú rẹ̀ gbọ́dọ̀ ṣe ìpilẹ̀ṣẹ̀ náà
Ẹrú náà béèrè fún òbúkọ ńlá kan
Ó fi ẹsẹ̀ rẹ̀ tẹ inú Olófin
Ikun Olofin ti o

Translation

Ite ti a te Iwori
A ba te omo Ogbe bee
Cast divination for Olofin
On the day he went to buy a servant
Olofin told the servant to run an errand quickly
He beat the servant repeatedly
He trampled on the servant's stomach
But before afternoon, the stomach of Olofin was swollen
We cast divination
Ifa said Olofin should be initiated into Ifa
His servant should perform the initiation
The servant asked for a giant he-goat
He used his feet to step on Olofin's stomach
Olofin's stomach flattened

Irete Odi

Orunmila ni: Te di
Mo ni: Te di
O ni: Nigbati a te'di a di olowo
O ni: Nigbati a te'di a se igbeyawo
O ni: Nigbati a te'di a bi omo
A difa fun Iretedi

222

Irete nikan ni o ṣe ẹbọ naa
Idi kọ
Ayé sì ṣàkíyèsí pé: Ṣé ẹyin kò rí ibi tí a kò fi rúbọ?
Awọn buburu ti ko bojumu?
Idi lo fi ba ile Irete je

Translation
Orunmila said: Te di
I said: Te di
He said: When we te'di we become rich
He said: When we te'di we get married
He said: When we te'di we have children
Cast divination for Iretedi
Only Irete performed the offering
Idi refused
The world observed: Don't you see the evil of not performing offerings?
The evil of not appealing?
Idi used idi to defile Irete's house

Irete Irosun

Irete Irosun
Ọpẹ wiwu ni arin opopona
Jẹ lodidi nigbati o ti wa ni ge si isalẹ
A difa f' Orunmila
Idawọle si ilu ajalu kan
Ogun ventured
Sugbon sa pada si ile
Orisa riibe
Sugbon sa pada si ile
Osun riibe
Ṣugbọn pada si ile ni kiakia
Sango riibe
Ṣugbọn pada si ile ni kiakia
Gbogbo Irunmole lawo
Ṣugbọn yipada ni kiakia
A beere pe: Kini o mu wọn bẹru?
Ikú ṣe iná ìkan
Arun ṣe ohun gbowolori iná
Pipadanu ṣe ina ibinujẹ
Orunmila ni ki o ru oyin kan
223

Orunmila de enu ona orun
Oníṣọ́nà wá ọ̀nà láti dẹrù bà á
Orunmila lo da oyin si fun un lenu
Ó tọ́ ọ wò ó sì rí i pé ó dùn
O fi diẹ ninu awọn fun iku, aisan ati isonu
Wọ́n yọ̀nda fún ẹni tí ó ní oyin láti wọ ẹnubodè náà
Orunmila lo wo ilu ajalu
O si pada pẹlu ọpọlọpọ awọn ohun rere

Translation
Palm tree swelling in the middle of the road
Is responsible when it is cut down
Cast divination for Orunmila
Venturing to a disastrous town
Ogun ventured
But ran back home
Orisa ventured
But ran back home
Osun ventured
But returned home quickly
Sango ventured
But returned home quickly
All Irunmole ventured
But turned around quickly
We asked: What made them afraid?
Death made an impressive fire
Disease made an expensive blaze
Loss made a sorrowful flame
Orunmila was asked to offer a calabash of honey
Orunmila reached the gate of heaven
The gatekeeper sought to scare him back
Orunmila poured honey for him to taste
He tasted it and realized it was sweet
He gave some to death, sickness and loss
They permitted someone who owned honey to enter the gate
Orunmila went into a disastrous town
He returned with many good things

Irete Owonrin

Bí àlùfáà bá ń lọ síbìkan

Àlùfáà yóò ronú fúnra rẹ̀ kó tó lọ
Ti jagunjagun ba n rin irin-ajo
Oun yoo ṣiṣẹ oogun
Kí nìdí?
Ọjọ́ náà mú kí àwọn àlùfáà yẹ ara wọn wò
Iberu fi agbara mu jagunjagun ti o ni iriri lati ṣe oogun iṣẹ
Bi amotekun ba n pariwo loju ala re
Amotekun ko le pa ọ
Iberu ipalọlọ nigbagbogbo wa ninu ọkan ọkan
A difa fun eni to se Oloja
Tani eru

Translation
If a priest is going somewhere
A priest will self-reflect before he departs
If a warrior is traveling
He will craft medicine
Why?
The day makes priests examine themselves
Fear compels an experienced warrior to craft medicine
If a leopard roars in your dreams
The leopard cannot kill you
Silent fear is always present in ones mind
Cast divination for someone becoming Oloja (chief)
Who is apprehensive

Irete Obara

Òkunkun funfun
Isuju
A difa fun awọn ọkunrin
Ni ọjọ ti wọn yoo ji awọn aṣa lati ọwọ awọn obinrin
Wọ́n ní kí àwọn ọkùnrin máa fi èrè mẹ́fà rúbọ
Kí wọ́n so igi ọ̀pẹ mọ́ àwọn ère náà
kí o sì rìn ní ọ̀nà ìkọ̀kọ̀, kí o sì kọrin:
Kini o bo oju eniyan?
Òkunkun funfun
Awọn obinrin bẹru
Wọn ju kọsitọmu silẹ nigba ti wọn sare
Niwon lẹhinna, awọn ọkunrin ti ṣakoso awọn aṣa lori awọn obirin

Translation

Pure darkness
Dimness
Cast divination for men
On the day they will steal customs from women's hands
Men were asked to offer six statues
They should tie palm fronds around the statues
and move along a secret path and sing:
What covers one's face?
Pure darkness
The women were afraid
They threw away customs while they ran
Since then, men have controlled customs over women

Irete Okanran

Irete Okanran
Ṣe eyi ti a sọ
Ni ojo ti gbogbo awon alufa pejo si ile Orunmila
Àwọn àlùfáà mú ọtí olóró wá
Nigbati Orunmila de, nwon ni ki o mu
O wo oti naa o sọ pe:
Kini o wa ninu ladugbo oti ti o jẹ ki o fo bi eleyi?
O ti wa ni majele ninu awọn ladugbo ṣiṣe awọn ti o
Irete Okanran
Awo ko mu loni
Irete Okanran
Ọrunmila kọ lati mu oti
Wọ́n gbé wáìnì ọ̀pẹ jade
Àlùfáà náà pa wáìnì ọ̀pẹ náà májèlé
Orunmila tun pe:
Kí ló wà nínú ìgò wáìnì ọ̀pẹ tó mú kó máa yọ̀ bí èyí?
O ti wa ni majele ninu awọn ladugbo ṣiṣe awọn ti o
Won mu Oguro jade
Awon alufaa wonyi ni won se Ifa fun Olofin
Nigbati ọmọ rẹ ba ṣaisan
Wọn sọ pe ọmọ naa ko ni ku
Ṣugbọn ọmọ naa ku
Olofin ge ori omo na, o si fi odidi atare kan bo
Ó ní kí àwọn àlùfáà fòye mọ ohun tó wà nínú rẹ̀
Ko si ẹnikan ti o le pinnu nkan naa
226

Orunmila so wipe:
Awọn akoonu ti igba jẹ ohun ti eniyan korira
O dabi ara eniyan kan
Wọn beere fun awọn ohun elo lati pese
O ni: Pese awọn nkan fun awọn iṣoro ifun
Owo eyo ẹgbàáẹ̀rìndínlógún |ni ẹbun fun awọn iṣoro ifun
Olófin ní kí wón ta àkéte
Bakanna pẹlu awọn aṣọ lati lo fun ẹbọ
Awon alufaa fi ewa sori akete won ni ki Orunmila joko
Ago ore Orunmila
Sọ fun u pe: Maṣe joko lori akete loni
Maṣe joko lori aṣọ loni
O yẹ ki o joko lori Ifin
Nígbà tí wọ́n ní kí ó jókòó sórí àwọn nǹkan wọ̀nyí
Orunmila ko
Orunmila ba pe okan lara awon alufaa lati joko lori akete
Nígbà tí àlùfáà náà jókòó sórí rẹ̀, ẹwà rẹ̀ kàn án
Olofin said: Ha, se looto
Orunmila nikan ni Babalawo
Ó ju gbogbo wọn lọ

Translation
Irete Okanran
Is the one we cast
On the day all priests congregated in Orunmila's house
The priests brought poisonous alcohol
When Orunmila arrived, they asked him to drink
He looked at the alcohol and said:
What is in the pitcher of alcohol that makes it foam like this?
It is poison in the pitcher making it fizz
Irete Okanran
Awo did not drink today
Irete Okanran
Orunmila refused to drink the alcohol
They brought out palm wine
The priests poisoned the palm wine
Orunmila repeated:
What is in the pitcher of palm wine that makes it foam like this?
It is poison in the pitcher making it fizz
They brought out Oguro (type of palm wine)

227

These priests are the ones that did Ifa for Olofin
When his child was sick
They claimed the child would not die
But the child passed away
Olofin cut off the child's head and covered it in a calabash
He asked the priests to discern its contents
None were able to determine the substance
Orunmila said:
The contents of the calabash is something people abhor
It resembles a part of a human being
They asked for the items to offer
He said: Offer items for intestinal problems
32,000 cowries is the offering for intestinal problems
Olofin said they should spread out a mat
As well as clothes to be used for the offering
The priests put a charm on the mat and asked Orunmila to sit
Ago, the friend of Orunmila
Told him: Don't sit on a mat today
Don't sit on clothes today
You should sit on Ifin
When they asked him to sit on these items
Orunmila refused
Orunmila then called one of the priests to sit on the mat
When the priest sat on it, the charm affected him
Olofin said: Ha, truly
Orunmila alone is the Babalawo
He surpassed them all

Irete Ogunda

Orunmila dide ni owuro
Won mu marun ninu ibo meji wa fun un
Lati mọ o fun wọn
Òrúnmìlà bá kan orí rè
O ri Ireteguntan
Ó ní: haa!
Eni ti Ifa yi farahan si ki o sora gidigidi
Obìnrin tí ìdààmú bá ń bọ̀ wá fún un
Orunmila lo so fun won
Wọ́n gbọ́ nípa ẹbọ náà, wọ́n sì ṣe é
Bí àkókò ti ń lọ, Ọrunmila múra, ó lọ sí oko
Ọjọ naa n lọ si oko pẹ
228

Translation

Orunmila arose in the morning
They brought five inside of two ibo to him
To discern it for them
Orunmila touched his head on the ground
He saw Ireteguntan
He said: haa!
The person this Ifa appeared to should be very careful
A troubled woman is coming for him
Orunmila told them the offering
They heard about the offering and performed it
As time went on, Orunmila dressed up and went to the farm
The day is going to the farm late (i.e. the day is going by fast)

Irete Osa

Arote tan a n sa
Àgbọ̀nrín kan jí ó sì sáré lọ sínú oko ila
Arote tan a n sa
Awọn ọmọ ti eranko ku nigbagbogbo
Ko si ẹnikan ti o ṣe iṣẹ buburu
Ẹniti kò ni ẹrí-ọkàn ti o jẹbi
A difa f'Orisa Oko
Iji ko ja ni ojo
Lojo ti yoo ba Ogun ja
O si mu tinrin ọpá rẹ
A lù ọpá pẹlu ada
Cutlass ko le kan osis Orisa Oko
Orisa Oko lo opa re
Ó da ọ̀pá rẹ̀ sí orí wọn
Wọ́n bẹ̀rẹ̀ sí wárìrì

Translation

Arote tan a n sa (we see conspiracy, now we run)
A deer stole and ran clumsily into the okra farm
Arote tan a n sa (we see conspiracy, now we run)
Children of animals die constantly
No one performs a bad deed
Who does not possess a guilty conscience
Cast divination for Orisa Oko
Storm does not fight in the rain
229

On the day he will fight with Ogun
He brought his thin staff
We struck the staff with the cutlass
Cutlass cannot affect Orisa Oko's staff
Orisa Oko used his staff
He sprinkled his staff over their heads
They started to tremble

Irete Ika

Alufa ti Okra
A difa fun ila
Ireteka
Alufa ti Iroko gidigba
A difa f'Iroko gidigba
Ti ila ba funni a yoo rii awǫn ǫmǫ rẹ dagba tobẹẹ
Wǫn yoo yago fun ǫwǫ agbe
Nitorina agbe ko le ja wǫn
Okra kǫ lati pese
Nitorinaa, ateka laa te'la ka
Awǫn ǫmǫde ko le koju apata ni igboya

Translation
The priest of Okra
Cast divination for Okra
Ireteka
The priest of Iroko gidigba
Cast divination for Iroko gidigba
If Okra offers we will see her children grow so tall
They will avoid the hands of the farmer
So the farmer cannot pluck them
Okra refused to offer
Therefore, ateka laa te'la ka (we bend Okra to pluck)
Children cannot face a rock boldly

Irete Oturupon

Irete ohun tutu mole
Ifa ni: ire ti de
Ifǫkanbalẹ ni temi
Omi Òsun kìí gbóná

230

Omi tutu, tutu tutu
Ina kii jo sinu omi
Omi tutu, tutu tutu
Tani o mu oore owo wa fun mi?
Ifọkanbalẹ, ifọkanbalẹ ni temi
Tani o mu oore aya wa fun mi?
Ifọkanbalẹ, ifọkanbalẹ ni temi
Ayafi ti a ba ṣe ọna fun odo ko le ṣàn
Tani o mu oore omo wa fun mi?
Ifọkanbalẹ, ifọkanbalẹ ni temi
A kì í ṣe ọ̀nà fún odò láìṣàn
Tani o mu ire oro wa fun mi?
Ifọkanbalẹ, ifọkanbalẹ ni temi
Ide ni Ọṣun fi n mi awọn ọmọ rẹ

Translation
Irete ohun tutu mole
Ifa said: good things have arrived
Calmness is mine
Osun water does not grow hot
Icy cold, icy cold
Fire does not burn into water
Icy cold, icy cold
Who is bringing the goodness of money to me?
Calmness, calmness is mine
Who is bringing the goodness of wives to me?
Calmness, calmness is mine
Unless we make a path for a river it cannot flow
Who is bringing the goodness of children to me?
Calmness, calmness is mine
We do not make a path for a river without it flowing
Who is bringing the goodness of wealth to me?
Calmness, calmness is mine
Brass is what Osun uses to rock her children

Irete Otura

Ẹsẹ omi kan
Ẹsẹ kan ti òkìtì
A difa fun Saasoni omo Oore l'otun
Nigbati o jẹ ipalara ni agbaye
Ni ọdun yii, oun yoo bori awọn iṣoro ti o rọ lori ọrun rẹ

231

Wọn ní kí ó fi pákó tí ó wà lọ́wọ́ rẹ̀ rúbọ
Ó gbọ́ nípa ẹbọ náá, ó sì ṣe é
Igi ọpẹ kan wa ninu oko rẹ ti o ni iṣoro ni ọrùn rẹ
Ti iṣoro naa ko ba si lori rẹ, yoo wa ni isalẹ
Kí ó lọ sí ibẹ̀ kí ó sì tú u sílẹ̀ pátápátá
Nigbati o de ti o si ko igi-ọpẹ na.
Ó pinnu láti gùn ún láti gba èso ọ̀pẹ
O ri obinrin kan lori ilẹ, ti o jẹ iyawo agba ti Olofin
O ti gbe igba ti o bo
Ó fi í pamọ́ sínú òkìtì kan, ó sì yára sá lọ
Saasoni sọkalẹ lati ṣayẹwo ohun ti o farapamọ
Ó yà á lẹ́nu láti rí i pé ọmọ tuntun ni
O ronu nipa rẹ fun igba diẹ: Kini o yẹ ki n ṣe?
Nikẹhin, o mu ọmọ naa lọ si Olofin
Eyi ni itan ọmọ naa:
A fun Olofin omobirin elewa lati fe
Olofin fi omobinrin naa fun iyawo agba re lati toju
Iyawo ti o dagba julọ lo ọmọbirin naa ni iṣẹ iranṣẹ
Titi di igba ti o dagba
Iyawo agba ko feran lati ba Olofin soro omobirin yi
Lójọ́ kan, àwọn èèrà ọmọ ogun wọ inú yàrá ìyàwó àgbà lọ, kó má
bàa sùn níbẹ̀
Ó pàṣẹ fún ìránṣẹ́bìnrin náá láti gbá àwọn èèrà ọmọ ogun náá jáde
Ọ̀dọ́bìnrin náá ṣiṣẹ́ lórí èyí láàárín òru títí ó fi sùn nínú ọnà
àbáwọlé yàrá náá
Bí Olófin ṣe wá bá ìyàwó rẹ̀ àgbà ni kò rí i
Dipo o ri awọn ọmọ iyaafin ninu awọn
Láàárín àkókò díẹ, ọ̀dọ́bìnrin náá bí ọmọ tó rẹwà
Ìyàwó àgbà wá di ìlara
O pinnu lati ma sọ fun Olofin pe ọmọbirin naa bi ọmọkunrin kan
Iyawo ti o dagba julọ fi oju si ọdọ ọmọbirin naa ni akoko iṣẹ rẹ
Ó pààrọ̀ ọmọ náá fún òkúta tí ń lọ pupa
O mu okuta pupa lo si Olofin
Wọn ṣe iwadii ọrọ naa ṣugbọn iyawo ti o dagba julọ duro si itan
rẹ
O sọ pe ọmọbirin naa ti bi okuta lilọ naa
Ọmọ tuntun yii ni iyawo ti o dagba julọ ti o bo sinu calash ti o
farapamọ sinu oke
Saasoni omo Oore l'otun ri eyi o mu omo naa de oba
Olofin fun un ni opolopo dukia, o si pa eyi di asiri
Ó fi ọmọ náá fún ẹnìkan láti tọ́jú fún ọdún mérin

Ní ojọ́ kan, ọba ṣe àsè, ó sì pe gbogbo àwọn ìjòyè rẹ̀
Àwọn olóyè wọ̀ lọ́ṣọ́ọ́
Ṣugbọn ọba wọ awọn akisa
O fun ọmọbirin naa laṣẹ lati wọ awọn akikan pẹlu
Nigbati gbogbo wọn joko
Wọ́n mú ọmọ kan jáde tí ó ní bàbà ní ẹsẹ̀ rẹ̀, tí ó gbógun ti ọpọ̀
eniyan
Omode naa rin laarin awon ijoye o si duro niwaju Olofin ati iya re

Translation
One leg of water
One leg of mound
Cast divination for Saasoni omo Oore l'otun
When he was vulnerable in the world
This year, he will overcome difficulties hanging on his neck
He was asked to offer the cutlass in his hand
He heard about the offering and performed it
There is a palm tree in his farm that has difficulty around its neck
If the difficulty is not on top of it, it will be on the bottom
He should go there and pour it away completely
When he arrived and cleared the palm tree,
He decided to climb it to obtain some palm seeds
He saw a woman on the ground, who is the eldest wife of Olofin
She was carrying a covered calabash
She hid it inside a mound and quickly ran away
Saasoni came down to check on what was hidden
He was surprised to see it was a newborn baby
He thought about it for a while: What should I do?
Finally, he took the baby to Olofin
Here is the story of the baby:
We gave a beautiful young lady to Olofin to marry
Olofin gave the young lady to his eldest wife to take care of
The eldest wife employed the young lady as a maid
Until she reached maturity
The eldest wife did not like to discuss this young maid with
Olofin
One day, soldier ants entered the eldest wife's room so she could
not sleep there
She commanded the maid to sweep out the soldier ants
The young lady worked on this through the middle of the night
until she fell asleep in the hallway of the room

As Olofin came to meet his eldest wife he did not see her
Instead he saw the young lady in the hallway
In short time, the young lady had a beautiful child
The eldest wife became envious
She decided not to tell Olofin the young lady gave birth to a male child
The eldest wife blindfolded the young lady during her labor
She exchanged the baby for a red grinding stone
She took the red stone to Olofin
They investigated the matter but the eldest wife stuck to her story
She claimed the young lady birthed the grinding stone
It was this new born baby the eldest wife covered in a calabash and hid in the mound
Saasoni omo Oore l'otun saw this and brought the child to the king
Olofin gave him plenty of property and kept this a secret
He gave the child to someone to take care of for four years
One day, the king had a feast and called all his chiefs
The chiefs dressed extravagantly
But the king wore rags
He authorized the young lady to wear rags as well
When they all sat down
They brought out a child with brass on his leg who plodded through the crowd
The child then walked between the chiefs and stopped in front of Olofin and his mother

Irete Ose

Iretesegun
A difa fun Aye ati Ọrun
Ọrun funni ni ọrọ
Earth sọ pe o ni diẹ
Ṣùgbọ́n bẹ́ẹ̀ ni ilẹ̀ ayé kò ṣaláìní
A difa fun awọn iya iya meji
Ti o ngbe ati ki o wo kọọkan miiran lati kan ijinna
Wọ́n mú àwọn èèyàn ayé wá láti jẹ́ kí wọ́n wà pẹlú wọn
Elegbara sope: Ni ojo ti awon mejeeji ri oju si oju
Ipadanu nla yoo waye ni Ọrun ati Aye

Translation
Iretesegun (Irete of victory)
Cast divination for Earth and Heaven
234

Heaven offered wealth
Earth claimed to have little
But neither did earth lack
Cast divination for two maternal siblings
Who live and look at each other from a distance
They brought people of the world to keep them company
Elegbara said: On the day both of them see eye to eye
A big loss will occur in Heaven and Earth

Irete Ofun

Ate funfun eriwo
Dia fun Idendere
Tii se iye Osu loke
Won ni ko fi Ogbon adie rubo ola fun Osu omo re
O ru Adie meeedogun
Idendere o de o, iye Osu
Won si ni o sebo Osu o ko o

Translation

Ate funfun eriwo
He cast Ifa for Idendere
The mother of the Moon
She was advised to offer 30 fowls for her child
She offered only 15
Here comes Idendere the mother of Osu the Moon
She was advised to offer ebo but she did not fully comply

Ose meji

O she womu
O run womi
Dífá fun Ewe
Tii sh'Oko Obi la t'orun wa
Kutukutu l'Ewe ti gb'Obi niyawo
Ko si eni tii gba Aya eni lowo eni

Translation
O she womu
O run womi
Divined Ifa for Ewe (leaf)
When going to marry Obi (kola from heaven)
From youth did Ewe marry Obi
Nobody can take away my wife from me

Verse 2

Omi tí ń ṣàn ń pín àwọn òkè ńlá àti ilẹ̀ ayé níyà
A difa fun Orunmila
Ifá yóò ségun Ayé
Ifá yóò ségun Orun
Ko si Irunmole ti a le fi we Ifa
Ifa ti ṣẹgun Ile-aye Ohun elo
Ifa ti segun l'aye o
Ko si Irunmole to le fi we Ifa

Translation
Flowing water divides mountains and the Earth
Cast divination for Orunmila
Ifa will conquer the Material realm
Ifa will conquer the Supernatural realm
There is no Irunmole that can be compared to Ifa

Ifa has conquered the Material realm
Ifa has conquered the supernatural realm
No Irunmole that can compare to Ifa

Ose Ogbe

Otolo jẹun
Otolo ohun mimu
Otolo tẹle ọna ti o dara ni kutukutu owurọ
Ọna owurọ ko yẹ ki o fa ibinu si awọn ọmọ ẹranko
Imọlẹ ọṣupa jẹ imọlẹ ati pe ọjọ iku ti yipada
Won ni ki Ogun pada si ile
Láti bu idà rẹ̀
Igbesi aye wa ti di alaafia
A pa jagunjagun onígboyà wọn
Awọn jagunjagun ti o kere julọ ti o salọ n gbiyanju lati ru ogun
miiran silẹ
Wọn yoo tun pa

Translation
Otolo (type of horse) eats
Otolo (type of horse) drinks
Otolo follows the well-traveled early morning path
The early morning path should not cause annoyance to the
children of animals
The moonlight is bright and the day of death has shifted
They asked Ogun to return home
To sheath his sword
Our life is becoming peaceful
We killed their courageous warrior
The lesser warriors that escaped are trying to incite another war
They shall also be killed

Ose Oyeku

Okan rodorodo
A difa fun Ose
Ní ọjọ́ tí ó bímọ
Oyeku yoo gba a
Wọn ní kí ó fún owo eyo ẹẹdẹgbẹrin
Ki iku ma ba gba meta ninu awon omo re

Ose kọ lati ṣe ẹbọ
Ni ojo kan awọn ọmọ rẹ mẹta lọ si oko
Wọn ṣeré légbẹ̀ẹ́ kòtò ẹyẹ èyẹ
Awọn pelican pa gbogbo awọn ọmọ mẹta
Ayé sọ pé: Ṣé o kò rí ibi tí kò ní rúbọ?
Awọn buburu ti ko bojumu?
Ose bi omo meta
Oyeku gba won lo

Translation
Okan rodorodo
Cast divination for Ose
On the day she gave birth to a child
Oyeku will snatch it away
She was asked to offer 660 cowries
So that death does not take three of her children
Ose refused to perform the offering
One day her three children went to the farm
They played next to the ditch of a pelican bird
The pelican killed all three children
The world remarked: Don't you see the evil of not offering?
The evil of not appealing?
Ose gave birth to three children
Oyeku snatched them away

Ose Iwori

Orunmila ni: Osewori
Mo ni: Osewori
O sọ pe:
Iṣẹ ti a fi fun eku yẹ ki o ṣe daradara
Iṣẹ́ tí a fi fún ẹja náà gbọ́dọ̀ ṣe dáadáa
Iṣẹ ti a gbekalẹ fun ọ, o yẹ ki o ṣe daradara
Osewori
Oun ni oludari Olodumare

Translation
Orunmila said: Osewori
I said: Osewori
He said:
238

The errand we granted to the rat should be performed well
The labor we gave to the fish should be done well
The work we presented to you, you should do it well
Osewori
Is the ambassador of Olodumare

Ose Odi

Okirikisi
Ní ọwọ́ olówó rẹ̀, idà náà wà láàyè
Arigalarigala sọ afọṣẹ fun iya ọba Ado
Paapaa fun ọmọ inu rẹ
Wọ́n ní kó fún un ní àgbò kan àti ọgọ́rùn-ún mẹ́fà
Ki Ori (kadara) re le tobi lori ile aye
Ó gbọ́ nípa ẹbọ náà, ó sì ṣe é
Aye ṣe akiyesi:
Arigalarigala la n lu leyin oba Ado
Nigbati baba kú
Òun ni a gbé ka orí ìtẹ́
A sì fi idà lé e lọ́wọ́

Translation
Okirikisi
In the hand of its owner, the sword lives
Arigalarigala cast divination for the mother of the king of Ado
Also for the child inside her womb
She was asked to offer one ram and 1400 cowries
So that her Ori (destiny) would be great on earth
She heard about the offering and performed it
The world observed:
We are drumming Arigalarigala behind the king of Ado
When the father died
He was the one we put on the throne
And we placed a sword in his hand

Ose Irosun

Ekeregbe jeun mulemule
A difa fun ọkunrin kan
Ori eni ti yoo kan ile aye

239

Tani yio s'ese Olodumare
Lati gba awọn iwa ihuwasi rẹ
Wọn ní kó fún un ní Akara kan ṣoṣo àti owo eyo ojì-din-lẹwá
lélọọdúnrún
Elegbara mu Akara
O si ti gbe e lo sile Olodumare
Bi Olodumare se pa Akara pa.
Okunrin ti ori re yoo kan ile o kunle niwaju Olodumare
O ni: Olodumare Mo wa lo si ile aye bayi
Olodumare dahun fun un pelu idaniloju
Ọkunrin naa sọ pe: Bi mo ti nlọ Emi yoo ni owo, owo, ati owo diẹ
sii
Olodumare da a lohun ti o kan
Ọkùnrin náà wí pé: Bí èmi ṣe ń lọ, èmi yóò ní àwọn aya, àwọn
aya, àti àwọn aya mìíràn
Olodumare da a lohun ti o kan
Ọkùnrin náà sọ pé: Bí mo ṣe ń lọ, èmi yóò bí àwọn ọmọ, àwọn
ọmọ, àti àwọn ọmọ sí i
Olodumare da a lohun ti o kan
Ọkùnrin náà sọ pé: Bí mo ṣe ń lọ, èmi yóò pẹ́, àti pé gùn sí i
Olodumare da a lohun ti o kan
Bi Olodumare ko le da a lohùn mo
Ọkunrin naa dide o si lọ
O ko lọ jina ju
Kí àkàrà ewa tó kọjá lọ́rùn Olodumare
Olodumare beere lọwọ awọn eniyan agbegbe pe:
Èsì wo ni mo fún ọkùnrin tó ṣẹ̀ṣẹ̀ dìde tó sì lọ?
Wọ́n dáhùn pé: "O kò dá a lóhùn
Olodumare dahun pe: Haa!
Wọ́n dá a lóhùn pé: "A óo sáré pe ọkunrin náà pada
Olodumare dahun pe: E ma da ara yin ru
Kì í ṣe ẹ̀bi rẹ̀ ni n kò dá a lóhùn kí ó tó lọ
Dariji fun u. Ohunkohun ti o beere fun yoo wa ni fifun

Translation
Ekeregbe jeun mulemule
Cast divination for a man
Whose head will touch the earth
Who will go to the feet of Olodumare
To receive his character traits

He was asked to offer only one Akara (bean cake) and 330 cowries
Elegbara took the Akara (bean cake)
And shoved it down Olodumare's throat
As Olodumare choked on the Akara (bean cake)
The man whose head will touch the earth knelt in front of Olodumare
He said: Olodumare I am on my way to the earth right now
Olodumare answered him with a nod of affirmation (from choking)
The man said: As I am going I will have money, money, and more money
Olodumare answered him with a nod of affirmation (from choking)
The man said: As I am going I will have wives, wives, and more wives
Olodumare answered him with a nod of affirmation (from choking)
The man said: As I am going I will have children, children, and more children
Olodumare answered him with a nod of affirmation (from choking)
The man said: As I am going I will live long, long and longer
Olodumare answered him with a nod of affirmation (from choking)
As Olodumare could not answer him anymore
The man stood up and left
He did not go too far
Before the bean cake finally passed down Olodumare's throat
Olodumare asked the surrounding people:
What answer did I give to the man who just stood up and left?
They answered: You did not give him any response
Olodumare replied: Haa!
They responded: We will run and call the man back
Olodumare replied: Do not disturb yourselves
It is not his fault that I did not answer him before he left
Pardon him. Whatever he asked for will be given

Ose Owonrin

Oseoliwo ogbaara gbuuru
Alufa ode Otunmaba

Àlùfáà tí ó gbé ewé olówó sùn nílé
Iwọ, ọmọ kekere
Sun daradara

Translation
Oseoliwo ogbaara gbuuru
The priest of Ode Otunmaba
The priest that takes the leaf of wealth to sleep at home
You, little child
Sleep soundly

Ose Obara

Ose obara
Nijo wo, nigbati wo
A difa f'Orolu awunso Orisa
Won ni ki Orolu fun owo eyo egberin
O kọ
Eko-eleeko, egbaa-eleegba
A difa Oriyagbe
Àwọn méjèèjì yóò máa ṣe ìkórè ọdọọdún
Oriyagbe ni ki o fi ewure nla kan rubọ
O gbọ nipa ẹbọ naa o si ṣe
Orolu ati Ooyagbe je ore
Ni ojo kan Orisa wipe oun yoo fun Orolu l'ohun to dara
Fun gbogbo ise takuntakun ati ise gun Orolu
Orisa ti pese ogi tutu ni igba
Pẹlu gbowolori iyebiye inu
Ati ẹran nla kan
Orisa fi eyi fun Orolu mu
Orolu ko mo nkan inu ogi
Orolu tembele Ebun Orisa
O fun Eko-eleeko
Tani o mu wa ile
Nigba ti Eko-eleeko de ile ni osan ojo kan
O mu ogi o si ri gbogbo awọn ohun-ọṣọ iyebiye
Ni isalẹ ti o si fi wọn pamọ
Ni ọjọ keji Orisa ṣe iyalẹnu:
Kilode ti Orolu ko wa dupe lowo mi fun awon ohun olowo
iyebiye?

242

Orisa ṣọ pé:
O sa ibosa, ore ibore
Owunso ko nii raso bora
Aye ṣe akiyesi:
Aṣọ aṣọ
Okunrin alahun aso dahun wipe:
Nijo wo, nigbati wo

Translation
Nijo wo, Nigba wo
Cast divination for Orolu awunso Orisa (Orisa's cloth weaver)
Orolu was asked to offer 800 cowries
He refused
Eko-eleeko (someone else's custard), egbaa-eleegba (someone else's gift)
Cast divination for Oriyagbe
Both of them were going to perform the yearly harvest
Oriyagbe was asked to offer a giant he-goat
He heard about the offering and performed it
Orolu and Ooyagbe are friends
One day Orisa said he would gift Orolu a beautiful object
For all of Orolu's hard and long work in weaving
Orisa prepared cold custard in a calabash
With expensive jewels inside
And a large piece of meat
Orisa gave this to Orolu to drink
Orolu did not know the contents of the custard
Orolu undervalued Orisa's gift
He gave it to Eko-eleeko (someone else's custard)
Who brought it home
When Eko-eleeko (someone else's custard) reached home on a sunny afternoon
He drank the custard and saw all the expensive jewels
At the bottom of the calabash and hid them
On the second day Orisa wondered:
Why didn't Orolu come to thank me for the expensive jewels?
Orisa then said:
O sa ibosa, ore ibore (gift does not meet gift)
Owunso ko nii raso bora (A clothes weaver will not have clothes to cover himself)
The world observed:

243

Cloth weaver
A male cloth weaver replied:
Nijo wo, Nigba wo

Ose Okanran

Ose ni: Timi ni Ifa ni kekere sugbon Ase temi l'agbara
Bush omo rin irin-ajo lemọlemọ ṣugbọn ko ni ẹnikan lati yi i pada
Báyìí ni ó ṣe di ọmọ igbó
Ti a ba rin jina ju
A yoo ri ẹnikan ti o iwuri wa lati pada si i
A difa f'Aare
Ti o rin kakiri gun ju
Ṣugbọn ko ri ẹnikan lati leti rẹ ti ile
Aare padanu ona pada si ile
Aare rìn kiri lemọlemọ lati ibi de ibi

Translation
Ose said: My own in Ifa is small but my Ase is potent
Bush baby travels continuously but has no one to dissuade him/her
This is how he became a child of the bush
If we walk far too long
We will find someone that inspires us to return home
Cast divination for Aare
That wanders too long
But saw no one to remind him/her of home
Aare lost the path back home
Aare wandered continuously from place to place

Ose Ogunda

Ose molu
Aworokun
Aworosa
Wọn sọ àsọtẹ́lẹ̀ fún Ondere
Wọn ní kí Ondere rúbọ
Kí ó lè wà láàyè títí di òpin àkókò

Translation

Ose molu (praise name of Ose)
Aworokun (priest went to the ocean)
Aworosa (priest went to the lagoon)
They cast divination for Ondere (type of bird)
They asked Ondere to offer a calabash of white chalk
So that she would live until the end of time

Ose Osa

Osesa
A difa fun Arigi
Ta ni yóò so igi mó ara rè
Igi igi ti Arigi ko fun tita
Awọn ẹiyẹ oko ti o ṣaja lori Arigi
Iku kii yoo fun wọn ni akoko lati jẹun

Translation
Osesa
Cast divination for Arigi (type of insect)
Who will tie splinters of wood around his body
Arigi's splinters of wood are not for sale
Farm birds that prey on Arigi
Death will not give them time to eat

Ose Ika

Gbogbogiro
Alufa Erin
Gbogbogiro
Alufa ti Efon
Iná jó ó sì jó, ó sì lọ sínú igbó láti kú
Oorun ràn o si ràn o si lọ sinu oko lati wọ
Odo omi ti kun o si bori igbo
Lati le sofo sinu okun
A difa fun Olokun Semiade
Tani yoo ni awọn ohun kan ni ọpọlọpọ ti igba

Translation
Gbogbogiro
The priest of Elephant
Gbogbogiro
The priest of Buffalo

245

Fire burned and burned and went into the woods to die
The sun shined and shined and went into the field to set
The lagoon overflowed and overtook the bush
In order to empty into the ocean
Cast divination for Olokun Semiade (praise name for Olokun)
Who will own items in multiples of 200's

Ose Oturupon

Oseetutu
Àlùfáà oba Àdó
A difa fun Alado ewi
A beere lọwọ rẹ lati funni fun agbegbe rẹ
O jẹ agbegbe rẹ ti agbaye yoo fẹ lati jẹ
Nigbati oba ba de ade ni Oyo
Won o ju Ifa re sile
Ki o si mu ẹẹrìndílógún miiran fun u
Lati abẹ igi ọpẹ ni Ado

Translation
Oseetutu
The priest of the king of Ado
Cast divination for Alado ewi (king's praise name)
He was asked to offer for his domain
It is his domain that the world will want to belong
When a king is crowned in Oyo
They will throw away his Ifa
And take another 16 for him
From under a palm tree in Ado

Ose Otura

Osetua, omo ilu Ikole
Omo t'o nfi ebo lo ebo
Olusona de Orisa
Nigbati opolopo ba wa
Eniyan ko le tiju
A lo owo to okun awọn ilẹkẹ
Owo ti wa ni lo fun idẹ
A lo owo lati di awọn ẹgba ọọrun ti ohun ọṣọ

246

Pẹlu awọn awọ didan ti nṣàn
O yan ayanmọ rẹ
Ṣaaju ki o to yan lati jẹ Odu eétàdílógún lati sọkalẹ
Destiny sọtọ Alara
Alara ti di ade
Destiny sọtọ Ajero pẹlu awọn beaded osise ti ọfiisi
Kadara tun sọtọ Orangun
Onimọ-ede ti awọn ede aadota ti o wọ aṣọ didan didan
O yẹ ki o ti yan temi naa pẹlu, oo!
Barepetu erigialo
Barepteu
Fi fun ara mi
Barapetu, Barapetu
Leyin ti awon eétàdílógún Odu ti de ade
Wọ́n ṣọ̀kan láti ra Osetua láti gbé ẹbùn wọ

Translation
Osetua, native of Ikole
Child who uses the vulture to eat offerings
Gatekeeper to Orisa
When there is plenty
One cannot be ashamed
We use money to string beads
Money is used for brass
We use money to tie decorative beaded necklaces
With flowing bright colors
You chose your destiny
Before you were selected to be the 17th Odu to descend
Destiny assigned Alara
Alara was crowned
Destiny assigned Ajero with the beaded staff of office
Destiny also assigned Orangun
The linguist of 50 languages who wears brightly shining clothes
You should have assigned mine as well, oo!
Barepetu erigialo
Barepteu
Assign my own
Barapetu, Barapetu
After the 16 Odu were crowned
They united to buy Osetua to carry their respective offerings

247

Apadi gbulero ni mon giri timon timon
A diva fun Iyami Osoronga
Ti s'awo rode pokia
Ebo ni won ni ko se
O si gbebo nbe o rubo
Ero lpo
Ero Ofa
Ko i pe ko i jina
Ta lo dawu lo sun afi sawo
Iyami Osoronga lo dawa lo sun afi sawo

Translation

Apadi Gbulero ni mon timon timon
Cast Divination for the Iyami Osoronga
Who was going to go to an Ifa trip to the land of Pokia
She was told to make sacrifice
And complied
Pilgrims of Ipo
Pilgrims Ofa
Not a long time ahead
Who has given us all the power of the priesthood ?
Our mother Osoronga is the one who lead us into priesthood.

Ose Irete

Ose mu gbogun powo
Irete, iya rẹ na aibikita
Inu bi Ose nitori inawo nla ti Irete
Ose pinnu lati wa koto kan
Lati tẹ ẹgbọn iya rẹ si inu
Sibẹsibẹ, dipo ti ku
Irete ri owo ati okun
A difa fun Irete
Lojo ti Ose yoo ti Irete sinu owo
Nitorina, a kojọpọ iye owo ti ko ni opin
Ko si ẹnikan ti o pari fifa omi lati inu okun

Translation

Ose mu gbongbon powo (Ose makes money quickly)
Irete, her maternal sibling, spends irresponsibly
Ose was upset over Irete's lavish spending

Ose decided to dig a ditch
To push her maternal sibling inside
However, instead of dying
Irete found money and rope
Cast divination for Irete
On the day Ose will push Irete into money
Therefore, we pack unlimited amounts of money
Nobody finishes drawing water from the ocean

Ose Ofun

Osoofu
Ìgbín máa ń lo ikarahun rẹ̀ láti fi fa oòrùn
A difa fun Olutọju Ẹnubodè
Tani a beere lati pese owo eyo ojì dín ní ẹ̀ẹ́dẹ́gbẹ́rin
Lati yago fun ipade eniyan igboya
Olùṣọ́ Ẹnubodè gbọ́ nípa ẹbọ náà, ó sì ṣe é
Olùṣọ́ ẹnu ọ̀nà kígbe pé:
Awon eniyan n sare siwaju
Eniyan tesiwaju lati wa
Omo alufa ki i wa ile laini awon omoleyin

Translation
Osoofu
The snail uses its shell to absorb the sun
Cast divination for the Gatekeeper
Who was asked to offer 660 cowries
To avoid meeting a bold person
The Gatekeeper heard about the offering and performed it
The Gatekeeper exclaimed:
People keep rushing
People keep coming
The child of a priest does not come home without followers

OFUN MEJI

A su're to ka'san
A rin'rin gbere to ka'san
A l'eni kii and Mosan
Ka mu aipon
Oju fun day
Ti nlo ree Oloja je l'awujo ara
Ebo neither won nor ko waa is
O gb'ebo or ru'bo
Oju waa j'Oloja Nigba yi or
E maa je n rin
E maa je n yan

Translation:

We hurry to pluck oranges
And we walked slowly to pluck oranges
If we had contacts where they grow oranges
Chupariamos not sure they are not ripe yet
These were the messages to Ifa Oju, the Eye
When I was going to become the leader of all the parts of the body
He was advised to offer ebo
the obedecio
Oju has now become the leader of all the other parts of the body
Let me walk slowly
And marching majestically

Verse 2

Eruku tooro
Eruku taara
A difa fun Eji Orangun
Tani o nfi oyè alufa si Ilasan
O si ti a beere lati ṣe ohun ẹbọ
Eji Orangun gbo ebo o se
Nítorí náà, bí Eji Òrangún bá dé Ìlàsàn yóò di olówó

Eruku tooro
Eruku taara
Nigbati Eji Orangun ba de Ilasan o yoo di iyawo
Eruku tooro
Eruku taara
Nigbati Eji Orangun ba de Ilasan yoo bimọ
Eruku tooro
Eruku taara
Nigbati Eji Orangun ba de Ilasan yoo ni ohun rere gbogbo
Eruku tooro
Eruku taara

Translation
Eruku tooro
Eruku taara
Cast divination for Eji Orangun
Who is venturing priesthood to Ilasan
He was asked to perform an offering
Eji Orangun heard about the offering and performed it
Therefore, when Eji Orangun arrives in Ilasan he will become rich
Eruku tooro
Eruku taara
When Eji Orangun arrives in Ilasan he will become married
Eruku tooro
Eruku taara
When Eji Orangun arrives in Ilasan he will have children
Eruku tooro
Eruku taara
When Eji Orangun arrives in Ilasan he will have all good things
Eruku tooro
Eruku taara

Ofun Ogbe

Ofun yi lilu Ogbe
Omo akinkanju ki i gba igbanu baba
Bí bàbá bá ń lù ọmọ rẹ̀ lóòrèkóòrè
Ọmọ naa yoo bajẹ di ajesara
ati ki o parun si irora ti awọn paṣan
Baba n pe aibikita lati ọdọ ọmọde rẹ
Bí ó bá ń gbá orí ọmọ rẹ̀ léraléra
Nigbati ọmọ ba di ori
A difa fun a gun ijinna iyawo
Ni ọjọ ti o n pada si ile
Kò sí ẹni tí yóò dúró ní ọ̀nà rẹ̀
Lati beere lọwọ rẹ nipa ipadabọ rẹ
Ìyàwó lè dà bí ikú láti pa odindi agbo ilé kan
O tun ni agbara lati fipamọ gbogbo ibugbe kan
A ko ni idaniloju
Iyawo lo Akara lati toju Egungun
O lo porridge lati toju Oro
Oro pa igi lasan
Egungun ki i s'enu ki a fi enu lu
O ti wa ni ewọ

Translation
This Ofun beat Ogbe
A brave child does not belt his father
If a father strikes his child routinely
The child will eventually become immune
and numb to the pain of the whippings
Father is inviting disrespect from his junior
If he slaps his child's head repeatedly
When the child becomes headstrong
The noggin will be desensitized
Cast divination for a long distance wife
On the day she was returning home
No one will stand in her way
To question her about her return
A wife may become like death to kill an entire household
She also has a capacity to save a whole residence
We are unsure
The wife used Akara (bean cakes) to take care of Egungun

252

She used porridge to take care of Oro
Oro kills trees with impunity
Egungun does not misspeak for us to smack his mouth
It is forbidden

Ofun Oyeku

Oranhuuhuu
Mo ni: Oranhuuhuu
Bí ó bá ṣubú lé ọmọ Ògún
Ogun ko le mu
Bi Oranhuuhuu ba subu le omo Orisa
Orisa ko le mu
Bi Oranhuuhuu ba le omo Orunmila
Irofa ati Irukere ni Orunmila yoo fi danu

Translation
Oranhuuhuu (obvious trouble)
I said: Oranhuuhuu (obvious trouble)
If it falls on Ogun's child
Ogun cannot handle it
If Oranhuuhuu (obvious trouble) falls on Orisa's child
Orisa cannot handle it
If Oranhuuhuu (obvious trouble) falls on Orunmila's child
It is Irofa and Irukere that Orunmila will use to cast it away

Ofun Iwori

Òtútù wọ ilé
Lati gbe awọn ọmọ rẹ sibẹ
Esisa wọ ile
Lati daabobo awọn ọmọ rẹ
A difa fun ilu Isasi
Wọn ń sunkún pé wọn kò bímọ
Ekun ti ko si ọmọ gbe
Wọn ń lo ọwọ́ oṣù
Lati pa ogiri ti o gbẹ
Wọn ti beere lati pese owo eyo okòó dín ní ẹẹdẹgbẹta
Wọn gbọ́ nípa ẹbọ náà, wọn sì ṣe é
Niwon lẹhinna wọn di oniwun ti ọpọlọpọ awọn ọmọ kekere

Translation

253

The termite enters the house
To place its children there
Esisa (type of animal) enters the house
To protect its offspring
Cast divination for the town of Isasi
They were crying of not having children
Lamenting of no child to carry
They were using the hand of the month (i.e., menstrual period)
To rub a dry wall (i.e. the monthly period continued)
They were asked to offer 480 cowries
They heard about the offering and performed it
Since then they became owners of many little ones

Ofun Odi

Wọn ń lo ọwọ́ oṣù
Lati pa ogiri ti o gbẹ
Wọn ti beere lati pese owo eyo ẹgbàáọ̀kànlá
Wọ́n gbọ́ nípa ẹbọ náà, wọ́n sì ṣe é
Niwon lẹhinna wọn di oniwun ti ọpọlọpọ awọn ọmọ kekere
Oduduwa gbo irubo o si se e
Aye kigbe: daradara ṣe
Omo Oduduwa

Translation
Ladder supports your body with the ground
It props-up your frame with the land
A wasp stings with its butt
Cast divination for Oduduwa Oluwaami Aterigbeji
Who was asked to offer 22,000 cowries
So that he may own the children in the world
Oduduwa heard about the offering and performed it
The world exclaimed: well done
The children of Oduduwa

Ofun Irosun

Ẹnikẹ́ni tí ebi bá ń pa á dàrú
Ẹnikẹni ti o ba farada irora ọrun yoo farahan
A difa fun Atioro
Won ni ki won fun un ni Irofa
Atioro kọ lati ṣe ọrẹ

254

Lati igba naa ni akoko gbigbẹ
Igi rẹ yoo tuka jakejado afẹfẹ
Afẹfẹ nfẹ si ọtun
O tẹle
Afẹfẹ n gbe e si apa osi
Ó ṣègbọràn

Translation
Whoever feels hungry looks perturbed
Whoever endures neck pain appears battered
Cast divination for Atioro (type of fragile plant with tassel)
He was asked to offer an Irofa and tassel
Atioro refused to perform the offering
Ever since then during dry season
Its tassel will scatter throughout the air
The wind blows it to the right
It follows
The wind tosses it to the left
It obeys

Ofun Owonrin

Adìẹ náà gúnlẹ̀ sórí okùn dídí
Okun tabi adiye ri alaafia
A difa fun ẹnikan a lu pẹlu ohun
Ki o si tẹ ata sinu oju rẹ
Wọ́n ní kí ẹni yìí fi omi tútù rúbọ
Ati owo eyo okòó dín ní ẹgbẹ́rin.
Ṣọra si awọn eniyan ti o wa ni ayika rẹ
Iwa tutu ni baba gbogbo iwa

Translation
The chicken landed on a tight rope
The rope nor the chicken found peace
Cast divination for someone we hit with an object
And pressed pepper into his eye
This person was asked to offer a calabash of cool water
And 780 cowries
Behave gently to people around you
Gentleness is the father of all character

255

Ofun Obara

Okan bereke bereke
A difa fun awọn ọmọ eniyan
Tun fun awọn ọmọ ti eranko
Wọn ti beere lati pese owo eyo ẹẹdẹgbẹrún
Awọn ọmọ eniyan ko funni ni akoko
Eyi ni idi ti eniyan fi lọra lati rin
Awọn ọmọ ti eranko ti a nṣe lẹsẹkẹsẹ
Awọn ẹranko dide ati rin ni kete lẹhin ibimọ
Lati igba naa, agbaye ṣe akiyesi:
Awon omo eranko n yo kaakiri
Won n fo ni ayika
Okan berekebereke kiri

Translation

Okan bereke bereke
Cast divination for children of human beings
Also for children of animals
They were asked to offer 880 cowries
The children of human beings did not offer punctually
This is the reason human being are slow to walk
Children of animals offered immediately
Animals arise and walk soon after birth
Ever since, the world observes:
The children of animals are bouncing around
They are jumping around
Okan berekebereke kiri (jumping around)

Ofun Okanran

Ofun kanran
Okanran kanran
A difa fun Ago
Ta ni ohun ọdẹ ti kọlọkọlọ
Ati afojusun ti amotekun
Wọn de lọtọ
Ati ki o ko ri kọọkan miiran
Àgo ṣe ọrẹ kí wọn lè rí wọn tí wọn ń bọ
A beere Ago lati pese isalẹ ẹyin kan ati awọn aṣọ didan
Nitorina Ago ko ni pa
Ni ọjọ ti o pade kọlọkọlọ ati amotekun ni ojukoju
256

Wọn sá lọ ní alẹ́ láti pa Ago
Ṣugbọn Ago lo awọn aṣọ didan lati bo isalẹ ẹyin naa
O si lọ si ọna miiran

Translation
Ofun kanran
Okanran kanran
Cast divination for Ago (guinea fowl with glittery feathers)
Who was prey of the fox
And the target of a leopard
They arrived separately
And did not see each other
Ago performed an offering in order to see them coming
Ago was asked to offer the bottom of an egg and glittery clothes
So Ago would not be killed
On the day he meets the fox and leopard face to face
They ventured at night to kill Ago
But Ago used the glittery clothes to cover the bottom of the egg
And went in another direction

Ofun Ogunda

Ona
Ona kan
A difa fun ekolo
Ti o wọ idẹ lori ọrùn rẹ
Ni ọna rẹ lati di ọba
Wọn ní kó rúbọ
Ṣugbọn kọ
Ekolo gbe ni iyara
Ó jáde ṣáájú ojọ́ tí a yàn
Lati jo ati ki o yọ
Nigbati eniyan ba fi ifaya kan si ọna ekolo
Nigba ti rẹ afowopaowo lori egún
Ati awọn ara rẹ ge si ona
Ona kika
Emi yoo di ọba
Ona kika
Emi yoo di ọba

Translation

Ona gbooro (wide road)
Ona kan (one path)
Cast divination for Earthworm
That wore brass on his neck
On his way to becoming king
He was asked to perform an offering
But refused
Earthworm moved in haste
He went out before the appointed day
To dance and rejoice
When people put a charm in Earthworm's path
During his venture he stepped on the curse
And his body cut into pieces
Ona gbooro
I will become king
Ona gbooro
I will become king

Ofun Osa

Ofunsaa
A difa fun ọjọ
Ati fun osu naa
Wọ́n ní kí wọ́n fún ọjọ́ náà ní ìdìpọ̀ koríko
Oṣu yẹ ki o pese igba ti bota Shea
Àwọn méjèèjì gbọ́ nípa ẹbọ náà, wọ́n sì ṣe é
Lati igba naa a ko le wo taara sinu ọjọ ti oorun
Ṣugbọn a le wo inu oṣupa kikun

Translation

Ofunsaa
Cast divination for the day
And for the month
They asked the day to offer bunches of straw
The month should offer a calabash of Shea butter
They both heard about the offering and performed it
Since then we cannot look directly into a sunny day (i.e., the sun's rays are like bunches of straw)
But we are able look into a full moon (i.e., the full moon is like a calabash of shea butter)

258

Ofun Ika

Ifa ni: ajeku
Mo ni: ajeku
Orisa fi omo re Airo ranse si Olokun
Lati gba osise bead ti o gbagbe ni ile Olokun
Gbogbo eniyan so:
Loni, Ere tabi Legungun
Yoo pa omo naa ki o to pade Olokun
Airo si lo li alafia
Airo pada ni alaafia
Aye se akiyesi:
Ni ojo ti Airo jade
Awon kokoro jagunjagun mase jade

Translation
Ifa said: ajeku
I said: ajeku
Orisa sent his child Airo on an errand to Olokun
To retrieve the beaded staff he forgot at Olokun's house
Everyone remarked:
Today, Ere (type of snake) or Legungun (type of animal)
Will kill the child before he meets Olokun
Airo went in peace
Airo returned in peace
The world observed:
On the day that Airo goes out
Soldier ants dare not come out

Ofun Oturopon

Kukuru mi kii se aisan
Awon agba ko lepa mi
Ti o ba dagba ju mi lo
Emi naa ti dagba ju elomiran lo
Agba ju mi lo, mo ti dagba ju o
Se ona ti awon ika owo marun je si ara won
A difa fun aboyun

Ẹniti o loyun pẹlu ọmọ agbalagba
A difa fun atanpako
Iyẹn jẹ kukuru
Ṣugbọn o dagba ju gbogbo awọn ika ọwọ miiran lọ
Bí a bá bí àgbàlagbà
Awọn ọmọ kekere miiran gbọdọ lọ ge igi-ina

Translation
My shortness is not a sickness
Elders do not chase me
If you are older than me
I am also older than someone else
Older than me, I am older than you
Is the way the five fingers are to each other
Cast divination for a pregnant woman
Who was pregnant with an aged child
Cast divination for the thumb
That is short
But is older than all other fingers
If we give birth to an elderly child
Other little ones must go cut firewood

Ofun Otura

Ofuntola
Ti a nṣe ati ki o nṣe
Ao yo Ase ao da Ase si
Paapaa awọn Musulumi gbadura
Nigbati akoko ba de
Gbogbo wa ni ao fi ohun gbogbo pada fun eni to ni
A difa fun eniyan ati gbogbo eranko
Ko si eniti o wa si aye yi lai ku
O jẹ iku ọdun to kọja ti a n wa lati ṣe idiwọ
Oro wa y'o wa ninu aye yi
Eniyan mimo nikan lo ni oro ni ile Olodumare
Ifa ba ti ri oore emi gigun
O le dabi enipe iro ni Ifa
Sugbon iku odun to koja ni Ifa n soro
Nigbati asiko ba to gbogbo wa ao fi Ori wa fun won ni orun
Ifa to n wo oore ẹmí gigun
Ifa ko tan wa jẹ
260

Ifá tí ó rí oore èmí gígùn
Ifá ha tún paró fún wa?
Mejeeji eda eniyan ati eranko
Kò sí ẹni tí ó wá sí ayé láìkú
Iku odun to koja ko gbodo pa enikan
Kí ni orúkọ ẹbọ?
Titari awọn iku siwaju
Ni oruko ti ẹbọ
Titari awọn iku siwaju
Ni oruko ti ẹbọ
Kini a npe ni oogun?
Àyà wa kì í gba ìráníyè
Nitori iku odun to koja
Kò sí ẹni tí kò ní kú
Eyi ti o ni agogo idẹ
Ikú pa agogo idẹ
Eni aja ti ko sun
Ikú á pa ajá
Kò sí ẹni tí ó wá sí ayé láìkú
Sugbon iku odun to koja ko gbodo pa enikan

Translation
Ofuntola
We offered and offered
We sprayed Ase and sprayed more Ase
Even the Muslims prayed
When the time comes
We will all give back everything to the owner
Cast divination for human beings and all animals
No one comes into this world without dying
It is last year's death we seek to prevent (i.e., premature death)
Our wealth will remain in this world
Only holy persons have wealth in the house of Olodumare
If Ifa has seen the goodness of long life
It may seem as if Ifa is lying
But it was last year's death Ifa was discussing (i.e., premature death)
When the time comes all of us are going to give our Ori to them in heaven
Ifa that foresees the goodness of long life

Ifa did not deceive us
Ifa who foresees the goodness of long life
Has Ifa lied to us again?
Both human beings and animals
There is no one that comes into the world without dying
The death of last year should not kill one (i.e., one should not die prematurely)
What is the name of offering?
Push ones death forward
Is the name of offering
What do we call medicine?
Our chest does not accept spells
Because of last year's death (i.e., one should not die prematurely)
There is no one that will not die
The one that has a brass bell
Death killed the brass bell
The owner of the dog that did not sleep
Death will kill the dog
There is no one that comes into this world without dying
But the death of last year should not kill one (i.e., one should not die prematurely)

Ofun Irete

Ofunbirete
Ofun ba wa so wipe: Irete ti e ba ri Awo nla
Dajudaju iwọ yoo rii orisun ișoro mi
Ènìyàn orí ewú
Eniyan olorun
Ta ló ní ọrùn tí kì í șe àgbà?
Pade mi odun to nbo
Abiba, abiba
Odoodun ni a n ri ewe abiba

Translation
Ofunbirete (Ofun asked Irete)
Ofun came and remarked: Irete, if you see a great Awo
You will definitely see the source of my problem
A grey-headed person
A droopy-necked person

Who has a droopy neck that is not elderly?
Meet me next year
Abiba, abiba
It is yearly that we see the leaf of abiba

Ofun Ose

Ofunse
A difa fun Ere
Ní ojọ́ tí yóò gbé ọfà
Ti ohunkohun ba deruba Ere
Yóo ta àwọn ọfà rẹ̀
Wọ́n ní kó rúbọ
Kí àwọn ọfà náà sì yí i ká
Yoo ko gun ara rẹ ara
Ó kọ̀ láti rú ẹbọ náà
Ko rawo si Ifa
Aye ṣe akiyesi:
Awọn ofa rẹ ko kan ilẹ
A pa á láìka àwọn ọfà rẹ̀ sí
Hoo Ofun seese
Ṣé ohun tí Ere ń ṣe nígbà tó bá kú

Translation
Ofunse
Cast divination for Ere (boa constrictor)
On the day he will carry arrows
If anything threatens Ere
He will launch his arrows
He was asked to make an offering
So that the arrows wrapped around him
Will not pierce his own body
He refused to perform the offering
He did not appeal to Ifa
The world observed:
His arrows did not touch the ground (i.e. they are useless)
We killed him despite his arrows
Hoo Ofun seesee
Is the sound that Ere (boa constrictor) makes when he dies

ODU INDEX

Other Works published by Ashe Soul Global/ Ori Institute

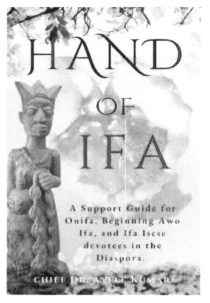

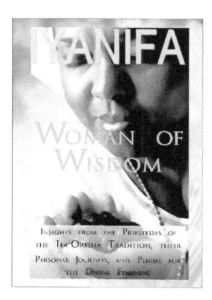

268

River of Ifa: Sacred Lessons from the Ifa Orisa Tradition
 by Oloye Fayomi Falade

Ancestral Eclipse: The Fundamental Mysteries of Egungun
by Olayemi Bolarinwa

Ori: Essence of Existence
by Olayemi Bolarinwa

Isese Ose Planner Annual Series
Oloye Ayele Kumari

Made in the USA
Middletown, DE
14 September 2024

60400813R00149